നിന്റെ ഹൃദയത്തിലേക്ക്
എന്റെ ചുവന്നപട്ടം

(POEMS)

Ninte Hrdayathilekku
Ente Chuvanna Pattom

by

Adv. Madeena P.S.

First Edition	: June 2025
Prepress Work	: Book Nest Publishing
Press Work	: Repro India Ltd
Cover Design	: Sujith R.S.
Published by	: Book Nest Publishing
Phone	: +91 94966 49547 | +91 96561 61635
Email	: booknestpub@gmail.com
ISBN	: 978-93-49488-62-5

For permissions and inquiries, contact:
Book Nest Publishing
Phone : +91 97785 80700
Email : booknestpub@gmail.com

ISBN 9789349488625

നിന്റെ ഹൃദയത്തിലേക്ക്
എന്റെ ചുവന്നപട്ടം

അഡ്വ. മദീന പി.എസ്.

ബുക്ക് നെസ്റ്റ്
പബ്ലിഷിംഗ്
തിരുവനന്തപുരം

അഡ്വ. മദീന പി.എസ്.

തലസ്ഥാന നഗരിയിലെ ഉൾഗ്രാമപ്രദേശമായ പുളിമാത്താണ് നിലവിൽ സ്വദേശം. ജനിച്ചതും വളർന്നതുമെല്ലാം തിരുവനന്തപുരം ജില്ലയിലെ സ്വാതന്ത്ര്യ സമര ചരിത്രമുറങ്ങുന്ന കല്ലറ എന്ന ഗ്രാമത്തിൽ. ജില്ലയിലെ തന്നെ പ്രശസ്തമായ ലോ കോളേജിൽ നിന്നും ബിരുദം.

പിതാവ്	: പ്രേം നവാസ് (Business)
മാതാവ്	: ഷമി (Supporter)
സഹോദരൻ	: അമീർ നവാസ് (Major, Indian Army)
വിലാസം	: AMS Villa, Pulimath, Pulimath P. O Thiruvananthapuram 695612

പ്രസാധകക്കുറിപ്പ്

നിന്റെ ഹൃദയത്തിലേക്ക് എന്റെ ചുവന്നപട്ടം" ഒരു കവിതാസമാഹാരം മാത്രമല്ല. ഒരു ഹൃദയത്തിൽ നിന്ന് മറ്റൊരു ഹൃദയത്തിലേക്കുള്ള യാത്രയാണ്. അഡ്വ. മദീന പി.എസ്. എഴുത്തിലൂടെ, പ്രണയവും ഓർമ്മകളും, പിരിയലും പ്രതീക്ഷകളും നിഷ്കളങ്കതയോടെയും സത്യസന്ധതയോടെയും പങ്കുവയ്ക്കുകയാണ്. ഒരു സ്ത്രീയുടെ ഉള്ളിലെ നിസ്സഹായത, തികഞ്ഞ സ്നേഹം, മറവിയിലേയ്ക്ക് പോവാനുള്ള ആകുലത, എല്ലാം ഈ വരികളിൽ ഒളിഞ്ഞിരിക്കുന്നു. ഈ കവിതകൾ വായനക്കാരന്റെ മനസ്സിൽ ഒരു ശബ്ദമായി മുഴങ്ങും. ഒറ്റപ്പെടലിന് പകരമായി ചേർത്തുപിടിക്കലിന്റെ സ്പർശം നൽകും. മറന്നുപോയ ചില ഓർമ്മകളെ വീണ്ടും ഉണർത്തും.

ബുക്ക് നെസ്റ്റ് പബ്ലിഷിംഗ് ഹൃദയപൂർവ്വം ഈ കൃതിയെ വായനക്കാർക്ക് സമർപ്പിക്കുന്നു. ഈ വരികൾ നിങ്ങളുടെ ഉള്ളിലേക്കും നിശബ്ദമായി കടന്നെത്തുമെന്ന് ഞങ്ങൾ വിശ്വസിക്കുന്നു.

സ്നേഹപൂർവ്വം,

ബുക്ക് നെസ്റ്റ് പബ്ലിഷിംഗ്

മുഖവുര

കവിതകളോടുള്ള എന്റെ ആദ്യ പ്രണയം ഇന്നെഴുതുന്നു... എന്റെ ഹൃദയത്തിലൊഴുകിയ ആദ്യത്തെ വാക്കുകൾക്ക് ഈ പേരു ഞാൻ സമർപ്പിക്കുന്നു: "നിന്റെ ഹൃദയത്തിലേക്ക് എന്റെ ചുവന്ന പട്ടം". ഓരോ വരിയിലൂടെയും ആശയങ്ങൾ മാത്രം കൈമാറുകയല്ല, പകരം ഓരോ വരിയുടെയും പുറകിൽ ബാല്യത്തിന്റെ ഓർമ്മകളും, കൗമാരത്തിന്റെ സ്വപ്നങ്ങളും, ഒടുവിൽ ഒരാളുടെ ആത്മാവിന്റെ മുഴുവൻ സ്തബ്ധതയും ഇവിടെ നിറയുന്നുണ്ട്. ഈ സമാഹാരം കൃത്യമായൊരു വിഷയം പിന്തുടരുന്നില്ല. കാരണം, ജീവിതം കൃത്യമായ ഒന്നല്ലല്ലോ. ഓരോ അനുഭവവും ഓരോ വിഷയമായി പകരുന്നത് പോലെ, ഈ കാവ്യസമാഹാരവും ജീവിതത്തിന്റെ എല്ലാ നിറങ്ങളെയും, വൈരുദ്ധ്യതകളെയും, ഇടവേളകളെയും, അനാഥത്വങ്ങളെയും ഏറ്റുവാങ്ങിയിട്ടുണ്ട്. സ്നേഹവും, നിരാശയും, പ്രതീക്ഷയും, സാമൂഹിക പ്രതിബദ്ധതയും, മാനസികസംഘർഷങ്ങളും ഒത്തൊരുമിക്കുകയാണ് ഈ സമാഹാരത്തിൽ. ഈ പുസ്തകം ഞാൻ എഴുതി തുടങ്ങിയതല്ല, Rather, it wrote me. ഓരോ കവിതയും സ്വാഭാവികമായി സംഭവിച്ചതല്ല, മറിച്ച് എനിക്ക് ചുറ്റുമുള്ള കാഴ്ചകൾ എന്നെക്കൊണ്ട് എഴുതിച്ചതാണ്. സ്നേഹത്തിന്റെ നിർവാച്യസൗന്ദര്യത്തിൽ നിന്നും, വേദനയുടെ ശബ്ദരഹിതമുഖങ്ങളിൽ നിന്നും, ചിറകുനഷ്ടപ്പെട്ട പ്രണയാഭിലാഷങ്ങളിൽ നിന്നും ഇവയെല്ലാം പിറവിയെടുത്തത് എന്റെ പ്രായഭേദത്തിനും പുറത്താണ്.

എന്റെ സ്കൂൾ കാലഘട്ടം മുതൽ എനിക്കൊപ്പമുണ്ടായിരുന്ന എന്റെ ഡയറിയിലാണ് ഈ കവിതകളൊക്കെയും ആദ്യം പിറവികൊണ്ടത്. അതിൽ ഞാൻ കാത്തുവെച്ച ഓരോ വരിയുടെയും ഇളംമണമാണ് ഇതിൽ. എട്ടാം ക്ലാസിൽ പഠിക്കുമ്പോൾ ഞാനാദ്യമായി കുറിച്ച വരികളും ഈ പുസ്തകത്തിൽ ഉൾപ്പെടുത്താൻ കഴിഞ്ഞതിൽ എനിക്ക് അതിയായ സന്തോഷമുണ്ട്. ഇതൊരു സ്വപ്നമായിരുന്നു. ഇന്ന് അതിന്റെ സാക്ഷാത്കാരമാണ്. ഈ കാവ്യസമാഹാരത്തിൽ ഞാൻ നന്ദിയോടെ സ്മരിക്കുന്നത് എനിക്ക് മുന്നിലെ അക്ഷരലോകത്തിന്റെ പൂമുഖമായ അധ്യാപകരെ,സ്നേഹത്തിന്റെ പ്രതീകമായ, ജീവിതപ്രചോദനമായ എന്റെ കുടുംബത്തെ, എന്നെ കേട്ടിരുന്ന, ചേർത്തുനിർത്തിയ എല്ലാ സുഹൃത്തുക്കളെയുമാണ്. നന്ദി. നിങ്ങൾ എനിക്കുനൽകിയ സ്നേഹത്തിനുള്ള സമ്മാനം

ഞാൻ നിങ്ങൾക്കായി സമർപ്പിക്കുന്നു. ഇത് ഒരു കാവ്യസമാഹാരമെന്നതിലപ്പുറം, ചിന്തകളുടെ അരങ്ങേറ്റമാണ്. ഓരോ കവിതയും ഞാൻ കണ്ടുനിന്ന നിമിഷങ്ങളുടെയും, സ്നേഹത്തിന്റെയും, വഞ്ചനയുടെയും, ഒറ്റപ്പെടലിന്റെയും, ചതിയുടെയും നഷ്ടങ്ങളുടെയും, ഒരു കൂട്ടം ബാല്യരചനകളും, കൗമാരഭാവങ്ങളും, യുവതയുടെ ഭീതിയും പ്രതീക്ഷയും ചേർന്നൊരു ആത്മപ്രവാഹമാണ് ഇത്. ഇവയെല്ലാം ഒരുമിച്ചുള്ള ഈ കാവ്യയാത്രയിൽ നിങ്ങൾ എന്നെ കൂടെ നടത്തുമെന്ന വിശ്വാസത്തോടെ സമർപ്പിക്കുകയാണ്- "നിന്റെ ഹൃദയത്തിലേക്ക് എന്റെ ചുവന്ന പട്ടം"

അഡ്വ. മദീന പി.എസ്.

ഉള്ളടക്കം

പ്രിയം

അത്രമേൽ പ്രിയപ്പെട്ട ചിലരുണ്ട്
ഒരു മാത്രയിൽ,
ഒരു വാക്കിൽ, ഒരു നോക്കിൽ
ഒരു ചെറുപുഞ്ചിരിയിൽ
ഹൃദയം കീഴടക്കിയവർ
എന്നും ഹൃദയം തൊട്ടിരിക്കുന്നവർ

അത്രമേൽ ചിലയിടങ്ങളുണ്ട്
ഒരു യാത്രയിൽ
ഒറ്റക്കാഴ്ചയിൽ മനസ്സ്
പിടിച്ചടക്കിയ ഇടങ്ങൾ
അവിടെ ശാന്തമായി...
സ്വച്ഛമായി...

അത്രമേൽ ചില
സന്ദർഭങ്ങളുണ്ട്
ഒരു സ്പർശത്തിൽ
ഒരു കൂടിച്ചേരലിൽ
എല്ലാം മറന്ന്
ഒന്നായി തീരുന്ന ചില
സന്ദർഭങ്ങൾ

അത്രമേൽ ചില ഓർമ്മകളുണ്ട്,
മാഞ്ഞു പോയിട്ടും
മനസ്സിൽ ജീവിക്കുന്ന ചിലർ...
ഒപ്പം ജീവിച്ചിട്ടും
മനസ്സിൽ ഇല്ലാത്തവർ...

അത്രമേൽ ചില ഇഷ്ടങ്ങളുണ്ട്,
ആത്മാവിൽ ചേർത്തുവച്ചിട്ടും
വെറുക്കാൻ പോലും
മനസ്സിൽ ഇത്തിരി സ്നേഹം
അവശേഷിപ്പിക്കാതെ
മനസ്സിന്റെ പടിയിറങ്ങിപ്പോയവർ!

കടമകൾ

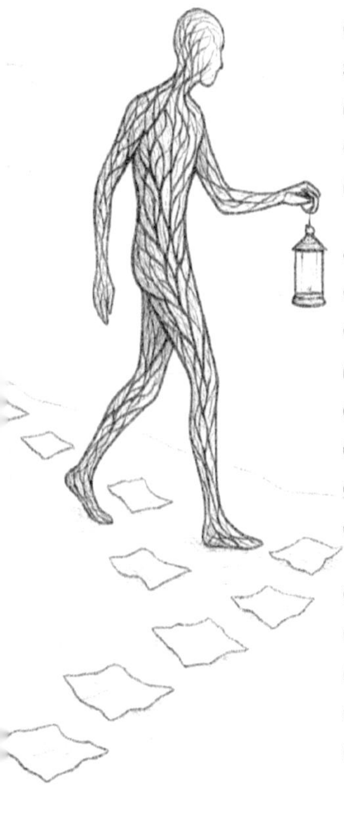

മേഘപാളികൾ കീറിമുറിക്കണം
അവിടെയെന്റെ ചോരവറ്റിയ മോഹത്തിന്
ജീവനുണ്ടോയെന്ന് നോക്കണം
മാരിവില്ലിനെ നുള്ളിനോവിക്കണം
അവിടെയെന്റെ നഷ്ടസ്വപ്നത്തിൻ നീർ-
മണിത്തുള്ളിയെ മുത്തിയുണർത്തണം

കുളിർകാറ്റിന്റെ കരളിൽ
ഒരഗ്നികുണ്ഡമൊരുക്കണം
വീശിമാറുമതിനിളം ചൂടിലെന്നാശയുടെ
മാറിൽ മുഖം ചേർത്തുറങ്ങണം
അന്ധകാരത്തിന്റെ അരമനയിൽ
ആരുമറിയാതെയെത്തണം
അവിടെയൊരു മൺചിരാതിൻ തിരി
തെളിച്ചെന്റെ ആത്മാവിനെ തിരയണം

ശിശിരത്തിന്റെ ശീർഷകത്തിൽ വിറയ്ക്കും-
വിരലുതൊട്ട് അനുഗ്രഹം തേടണം
കൊഴിയും മുൻപിറ്റുവീണ വിയർപ്പിൻ-
സ്മരണയുടെ വസന്തത്തിൽ വിരിഞ്ഞ
ചെമ്പനീർപ്പൂവ് സമർപ്പിക്കണം

ബന്ധങ്ങളിൽ ബന്ധനങ്ങളില്ലെന്നു
സന്തതികളോടോതണം
സ്വന്തങ്ങളെല്ലാം വെറും മേമ്പൊടി-
ച്ചന്തങ്ങൾ മാത്രമെന്നറിയണമവർ
നിലംതൊട്ട മാമ്പൂവിന്റെ നിലവിളി
കേട്ടാർത്തു ചിരിക്കണം

പച്ചകത്തുമാ മാങ്കൊമ്പിന്റെ മച്ചകത്തിൽ
പച്ചകൊത്തിയ ബാല്യവും യൗവനവും
വാർദ്ധക്യവും വെറും ധൂളിയായി
ഉയർന്നുപാറണം

ആയുസ്സ് അരച്ചുരുട്ടിയ ഉരുളകളെല്ലാം
ചേർത്തു പട്ടുടുത്തു പട്ടടകോണിലായി
നനവാർന്ന വിരലാലൊരു
ഉരുള ഉരുട്ടി കടമതീർക്കണം.

ബന്ധങ്ങൾക്കപ്പുറം

ചിലരുണ്ട്,
പേരിടാനറിയാത്ത ബന്ധങ്ങൾ കൊണ്ട്
മനസ്സിനെ കീഴടക്കിയവർ
സത്യമാണോ സ്വപ്നമാണോ എന്നറിയും മുന്നേ
നാം പോലുമറിയാതെ, നമ്മുടെ
രക്തത്തിലേയ്ക്കലിഞ്ഞുചേർന്നവർ
ഹൃദയത്തിന്റെ ഉള്ളറകളിലേയ്ക്ക്
നമ്മുടെ സമ്മതം ചോദിക്കാതെ കടന്നുവന്നവർ

വാക്കുകളുടെ ദൈർഘ്യം അളന്നെടുത്ത്
മറുപടി പറയാനാകാതെ നമ്മെ സ്നേഹംകൊണ്ട്
ഊരാക്കുടുക്കിട്ട് ചേർത്തുപിടിക്കുന്നവർ
കണ്ണുകളിൽ കരുതലിന്റെ കർക്കിടകക്കാറ്റ്
ഒളിപ്പിച്ചുവെച്ച്, കാത്തുസൂക്ഷിക്കാൻ
ഓർമ്മകളുടെ ഒരായിരം കനവുകൾ തരുന്നവർ.

ഇടനെഞ്ചിടിപ്പിന്റെ താളപ്പെരുപ്പിനിടയിലും
നെഞ്ചകം നോവിക്കാൻ ഇടയ്ക്കിടയ്ക്ക്
പരിഭവത്തിന്റെ കനൽ കോരിയിടുന്നവർ...
ഒരിക്കലും കൈവിടില്ലെന്ന് കൈചേർത്തുപിടിച്ച്
കാതോരം ചൊല്ലിപ്പറഞ്ഞിട്ടും,
കണ്ടതെല്ലാം കനവായിരുന്നെന്ന്
ചിലപ്പോഴൊക്കെ അടിവരയിട്ടുറപ്പിക്കുന്നവർ!

ഇമയനക്കങ്ങളുടെ ഇടവേളകളിൽ പോലും
ഇഷ്ടത്തിന്റെ ഈരടികൾ വരിതെറ്റാതെ
മനപാഠം പറഞ്ഞു പഠിപ്പിച്ചവർ!

ഓർമ്മകളുടെ ഓളങ്ങൾ അലയടിക്കുമ്പോൾ
ഒരിക്കൽ പോലും നമ്മൾ ഒന്നിച്ചു പങ്കുവെച്ച
നിമിഷങ്ങളുടെ തീരം തൊടാതെ
കടന്നുപോകാനാകാത്തവർ

എന്തു പേരിടണമെന്ന് സ്വയമെത്ര ചോദിച്ചിട്ടും
മനുഷ്യബന്ധങ്ങളുടെ സമവാക്യം കുറിച്ചിട്ട
നിഘണ്ടുവിൽ വിളിപ്പേര് കാണാത്തവർ!

മാറിനിൽക്കലിന്റെ, മാറ്റിനിർത്തലിന്റെ,
രസക്കൂട്ടുകൾക്കിടയിൽ മൗനം കൊണ്ട്
പരസ്പരം നെഞ്ചിടിപ്പ് തിരിച്ചറിയുന്നവർ

ഓർക്കുക,
നിങ്ങളുടെ കൂടെ നടന്നിട്ടും
ചങ്കിടിപ്പോളം ചേർന്നു നിന്നിട്ടും
ഒരു ചേർത്തുപിടിക്കലിന്റെ
കൈപ്പിടിക്കപ്പുറം ഒരു കണ്ണുനീർത്തടാകം
ഒളിപ്പിച്ചുവെച്ചവരുണ്ട്!

തിരക്കുകളുടെ തിരയടങ്ങാത്ത
കാരണങ്ങൾ പറഞ്ഞ്,
അവഗണനയുടെ മണൽപരപ്പിൽ
അവരെ മൂടിക്കളയരുത്.
പരിഗണിക്കാൻ മറന്നുപോകരുത്.
ശരിയാണ്, തനിച്ചായിപ്പോയതിന്റെ
വേദനയറിയണമെങ്കിൽ ഒരിക്കലെങ്കിലും
തനിച്ചായി പോകണം!

പ്രണയക്കുറിപ്പ്

നിന്നിലൂടെയോ എന്നിലൂടെയോ അല്ലാതെ
നമ്മളിലൂടെ മാത്രം പൂർണ്ണമാകുന്ന ജീവന്റെ,
ജീവനത്തിന്റെ, പ്രണയത്തിന്റെ,
നനുത്ത രണ്ടടരുകൾ നാം.
നിന്നിൽ എന്നെയും എന്നിൽ നിന്നെയും
നിഴലിക്കുന്നതെന്തോ, അതുമാത്രമാകുന്നു നാം.

ഇന്ന് എനിക്ക് ചുറ്റും ഇരുട്ടിന്റെ കനത്തപുതപ്പു-
ച്ചുറ്റി ലോകം മയങ്ങുമ്പോൾ
ദൂരെ ഇതുപോലെ ഒരു ഏകാന്തതയുടെ
മറുപാതിയായി നീ ഉണ്ടാകുമെന്ന് എനിക്കറിയാം.
നമ്മിലേയ്ക്ക് പരസ്പരം ദൂരങ്ങൾ
ചികഞ്ഞുകൊണ്ട് കണ്ണിറുക്കി കാണിക്കുന്നകാലം
നീ അറിഞ്ഞിരുന്നോ?

വാക്കുകളുടെ, വരികളുടെ, കവിതകളുടെ,
തണൽപറ്റി പ്രണയംപൂക്കുന്ന വസന്തത്തിന്റെ
വഴിത്താരയിൽ നാം ഇപ്രകാരം വെറുതെ കണ്ടുമുട്ടുമെന്ന്?
പിന്നെ, വെറുതെ മാത്രം പങ്കുവയ്ക്കപ്പെട്ട
ഹൃദയങ്ങളെ കിനാവിന്റെ നൂലിനാൽ
തുന്നിച്ചേർത്തുകൊണ്ട് ഒരുമിച്ചലയാൻവിടുമെന്ന്?
വെറുതെ മാത്രം പ്രണയിക്കുമെന്ന്?

വാക്കുകൾക്കപ്പുറം മൗനത്തിന്റെ
മാന്ത്രികഭാഷയാൽ നാം ഇങ്ങനെ പരസ്പരം
നമ്മിലേയ്ക്ക് നഷ്ടപ്പെട്ടുമെന്ന്?
ഇന്നറിയുന്നുണ്ട്, നിന്നിലൂടെ മാത്രം പൂക്കാൻ
വിധിക്കപ്പെട്ട ഒരു വസന്തമായിരുന്നു ഞാൻ!

നിന്നിലൂടെ പുനർജ്ജനിക്കാൻ,
നിന്റെ വരികളിലൂടെ എഴുതപ്പെടാൻ,
നിന്റെ സ്പന്ദനങ്ങളിലൂടെ ഉണരാൻ,
നിന്റേതായി; ഒടുവിൽ നീയായി മാത്രം
ഒടുങ്ങിത്തീരാൻ കാലം കാത്തുവെച്ച കവിത!

നിന്റെ ഹൃദയത്തിലേക്ക് എന്റെ ചുവന്ന പട്ടം

നീയറിയുന്നുണ്ടോ?
കൈക്കുമ്പിളിൽ എത്ര കാത്തു വെച്ചിട്ടും,
അനുവാദം വാങ്ങാതെ ഊർന്നുപോകുന്ന
മഴത്തുള്ളികളെപ്പോലെ നഷ്ടമാകുന്നുണ്ട്,
എന്തെല്ലാമോ, എവിടെയെല്ലാമോ
എത്രയെല്ലാം മായ്ച്ച് കളയാൻ ശ്രമിച്ചാലും
കലാതിർത്തിക്കപ്പുറം മായാതെ കാത്തുവയ്ക്കണം
എനിക്ക് നീയെന്ന ഓർമ്മയെ!

വേര് അടർത്തി മാറ്റാൻ ശ്രമിക്കുന്ന
ഓർമ്മകളിലൊക്കെയും
നിന്റെ പേരുകൊരുത്ത സ്വപ്നങ്ങളെ നിറയ്ക്കണം.
നീ പിണങ്ങുമ്പോഴൊക്കെയും,
നിന്റെ അകൽച്ചകളിലൊക്കെയും
നോവിന്റെ വഴിക്കണ്ണുമായി നിന്നെ തിരയണം.

കാലം നിന്നിലൂടെ മാത്രം എന്നിലേക്കണിയിക്കാൻ
കാത്തുവെച്ച, ഒരു നല്ല ചുവപ്പിന്റെ മാഞ്ഞുപോകാത്ത
ആഴങ്ങളിൽ വരും ജന്മങ്ങളിലൊക്കെയും
നിനക്കായി മാത്രം കാത്തിരിക്കണം!

ഒടുവിൽ ഒരുപിടി ഓർമ്മയായ്
മായ്ക്കപ്പെടുന്ന നാളിലും
കാലമെന്നെ ആലേഖനം ചെയ്യട്ടെ!
നിന്നിലൂടെ മാത്രം! നിന്റേതായി മാത്രം!

പറയാതെ പറഞ്ഞതൊക്കെയും

ഇഷ്ടമെന്ന് നൂറുവട്ടം
പറയുമ്പോഴും നീ ചിരിച്ചകന്നു,
പോകുമ്പോൾ നോവിന്റെ
ആയിരം സൂചിമുനകൾ
കുത്തിയിറങ്ങാറുണ്ടീ മനസ്സിൽ.

അതൊക്കെയും അറിഞ്ഞിട്ടും
അറിയാതെ നടിക്കുന്ന
നിന്റെ ചിന്തകളുടെ ഭാരത്തിൽ
ഞാൻ വീണു പോകാറുണ്ട്
പലപ്പോഴും.

നീ എന്നെ അറിയാതെ പോകുന്നു
എന്ന തിരിച്ചറിവിൽ
തകരുന്ന മനസ്സിനെ വാരിപ്പിടിച്ചാണ്
മൗനം എന്നിൽ പൂക്കുന്നത്.

സങ്കടമാം മഴയിൽ കണ്ണീർകലരുമ്പോൾ
പുറത്തറിയാതെ മനം നിലവിളിക്കുന്നത്
നീയറിയാതിരിക്കുവാനുള്ള
മുൻകരുതലുകളാണ് എന്റെ അകൽച്ചകൾ.

എന്നിട്ടും കാറ്റിന്റെ തുമ്പിലേറി-
പ്പോകുന്ന മനസ്സിനെ,
കൈപ്പിടിയിലൊതുക്കാൻ എത്ര
ഇടവേളകളുണ്ടാകും,
പൊട്ടിയൊലിക്കുന്ന ഗദ്ഗദങ്ങൾക്കിടയിൽ!

എന്നാലും നിന്നിലേക്ക്
എന്നെ വലിച്ചടുപ്പിക്കുന്ന
മാന്ത്രികതയാകുന്നു പ്രണയം.

നിന്നിൽ നിന്നിടറിമാറിയാൽ
എരിഞ്ഞുതീരുന്ന
മെഴുകുതിരി നാളമാണ് ഞാൻ.

ഇരുട്ടിലേയ്ക്ക് വഴിമാറിയ ആഗ്രഹങ്ങൾ

നാളെ ഞാൻ മരിച്ചെന്ന്
അറിയുമ്പോൾ നീ വരണം
അന്നെന്നെ കാണാൻ വരുന്ന
പലരിൽ ഒരാളായി,
എന്റെയെല്ലാമായ നീയും
ഉണ്ടാകണം!

ജീവിച്ചിരുന്നപ്പോൾ
നിന്റെ കൈകളിൽ ചേർത്തു-
പിടിക്കാനാഗ്രഹിച്ച മരവിച്ച
എന്റെ വിരലുകളിൽ
വിറയലോടെ നീയൊന്നു
സ്പർശിക്കണം!
മുടിയിലൊന്നു തലോടണം.
കാരണം, നിന്റെ മടിയിൽ
തലചായ്ച്ചുറങ്ങി
ആ കരസ്പർശമേറ്റുവാങ്ങാൻ
ഞാനാഗ്രഹിച്ചിരുന്നു.

എന്റെ ഹൃദയത്തോട്
നിന്റെ ഹൃദയം ചേർത്തുവയ്ക്കണം
കാരണം, ജീവിച്ചിരുന്നപ്പോൾ
നിന്നെ ഞാൻ സൂക്ഷിച്ചിരുന്നത്
അവിടെയായിരുന്നു.
അവസാനമായൊന്നുകൂടി

നിന്റെ ഹൃദയത്തിലേക്ക് എന്റെ ചുവന്ന പട്ടം

നീയെന്നെ വീക്ഷിക്കണം
നീ എന്ന ആത്മാവ് എന്നിലുണ്ടെന്ന്
നീ തിരിച്ചറിയുക തന്നെ വേണം!

ഒടുവിൽ,
എന്റെ യാത്രയയപ്പിനു
സമയമായെന്ന്
കൂട്ടംകൂടി നിന്നവർ
അടക്കം പറയുമ്പോൾ
എനിക്കായ് നീ ഒരിറ്റു
കണ്ണുനീരെങ്കിലും പൊഴിക്കണം
എന്നെ കൊണ്ടുപോകുമ്പോൾ
വിറയാർന്ന ചുണ്ടുകളാൽ,
നിറഞ്ഞ കണ്ണുകളാൽ
ഞാൻ മറയും വരെ
നീ നോക്കി നിൽക്കണം

എല്ലാത്തിനും ഒടുവിൽ
എന്റെ അസ്ഥിമാടത്തിൽ
മൺതരികളർപ്പിക്കാനും
പുഷ്പസമർപ്പണത്തിനും
നീയുണ്ടാകണം.

നിന്റെ കരങ്ങളിൽ നിന്നും
പ്രണയപുഷ്പങ്ങൾ
ഏറ്റുവാങ്ങാൻ കൊതിച്ചവൾക്ക്
നീ നൽകുന്ന അവസാനസമർപ്പണം!
ഒടുവിൽ എന്നെ തനിച്ചാക്കി
നീ നടന്നു നീങ്ങുമ്പോൾ
ഒരു തിരിഞ്ഞുനോട്ടമെങ്കിലും
സമ്മാനിക്കണം.
കാരണം, നിന്റെ കൂടെ
ജീവിക്കാൻ കൊതിച്ചവൾ
ഇന്നിവിടെ തനിച്ചുറങ്ങുകയാണ്!
അല്ല, പ്രതീക്ഷകൾക്കിട-
നൽകാനാകാത്തത്രയും
ഗാഢനിദ്രയിലാണ്
ഞാനിനി എന്നെന്നും...
എക്കാലവും...

ആത്മതത്വം

ആർക്കും പേരിടാൻ പറ്റാത്തതും
ഒരിക്കലും വിട്ടുകൊടുക്കാനാകാത്തതുമാണ്
നിന്റെ നോവുകൾ
മാഞ്ഞുതീരുന്ന വാക്കുകൾ പോലെ
മാഞ്ഞുപോകുമീ ജീവനുമൊരുനാൾ
മുള്ളുകൊണ്ട നോവുകൾക്ക്
കാലം മൂകസാക്ഷി!
ഇനിയുമെത്ര ദൂരം ഇതുപോലെ
മുന്നോട്ടുപോകണം?
അറിയില്ല. കാണുന്ന മുഖങ്ങളും
കേൾക്കുന്ന സ്വരങ്ങളുമെല്ലാം കാലത്തിൻ
സ്ഥിതിഗതിക്കനുസൃതം മാറിമറിയും
എല്ലാവരും നൈമിഷികമാണ്!
ഓരോ വേഷപ്പകർച്ചകൾ... ഭാവപ്പകർച്ചകൾ
എല്ലാം നേരിടുക തന്നെ.
ആത്യന്തികമായി നിന്റെ സന്തോഷത്തിനും
നോവിനും നീ തന്നെയായിരിക്കാം
കാരണമായിത്തീരുന്നത്
ഒട്ടേറെ ഓടി മുന്നിലെത്തുന്നവന്
പിന്നിലേക്ക് നോക്കുമ്പോൾ തോന്നുന്ന-
അല്ലെങ്കിൽ,
താൻ പിന്നിലാക്കിയവരെ കാണുമ്പോൾ
തോന്നുന്ന ആത്മവിശ്വാസവും

തനിക്കു മുന്നേ പോയി തന്നെ ഒട്ടുവിലാക്കി
കടന്നുപോയവരെ
കാണുമ്പോൾ ഒരുവന് തോന്നുന്ന നിരാശയും
വേവലാതിയും ഒറ്റപ്പെടലും വേർതിരിച്ച്
മനസ്സിലാക്കാൻ കഴിഞ്ഞിരുന്നെങ്കിൽ,
ഒരിക്കലും വേദനിക്കേണ്ടി വരില്ലായിരുന്നു.
മുന്നിൽ നിങ്ങൾ നടന്നുപോയ വഴിയിൽ
നിങ്ങൾ നേടിയ നിമിഷങ്ങളാകട്ടെ
നിങ്ങളുടെ പ്രചോദനം!
നിങ്ങളെ പിന്നിലാക്കി നടന്നു പോയവരുടെ
കാൽപ്പാടുകളാകട്ടെ അവ നേടിയെടുക്കാനുള്ള
നിങ്ങളുടെ കരുത്ത്!
ജീവിതം അത്രമേൽ സുന്ദരമാണ്.
അവ കാണുന്ന വീക്ഷണകോണിലൂടെ അത്

മനോഹരമാക്കേണ്ടത് നമ്മൾ തന്നെയാണ്.
വിരസതയെ മറികടക്കാൻ അനുനിമിഷവും
നിങ്ങളുടെ കുറവുകളെക്കുറിച്ചും നിങ്ങൾ
ഏറ്റുവാങ്ങുന്ന അവഗണനകളെക്കുറിച്ചും
ഓർക്കാതെ ഈ നിമിഷം!
അതിനു കഴിയാതെ പോകുന്ന
ആ ചിലർക്കെങ്കിലും
നന്മ പകരാൻ ചിരി പടർത്താൻ
കണ്ണീരൊപ്പാൻ കഴിയുന്ന തണലാകുക...
ചിരിയാകുക അനന്തമാം അനശ്വരമാം
സ്നേഹധാരയാകുക!

മരണമില്ലാത്ത ഓർമ്മകൾ

ജ്വലിച്ചുനിൽക്കുന്ന അഗ്നിപോലാകണം
ഉയർന്നുപൊങ്ങുന്ന പുകച്ചുരുളിനോടൊപ്പം
മുകളിലേയ്ക്ക് പോകുന്ന ചെറുകനലുകളെപ്പോലെ
കെട്ടടങ്ങി അവസാനിക്കണം!
ഈ പ്രപഞ്ചത്തിൽ എന്നെ അതിയായി
ചിരിപ്പിക്കാനും ചിന്തിപ്പിക്കാനും കരയിക്കാനും
കഴിയുന്ന എന്തോ ഒന്ന് എനിക്ക് ചുറ്റിലുമുണ്ട്
അറ്റമില്ലാത്ത ചുവന്ന ഭൂമിയും നടന്നു നീങ്ങിയ

പാതയിലത്രയും മനസ്സെന്ന ഭാണ്ഡത്തിൽ നിന്നും
ഞാൻ പോലുമറിയാതെ വീണലിഞ്ഞ സ്വപ്നങ്ങളും
തലച്ചോറിലുടക്കിയ ചിന്തകളുടെ അവശിഷ്ടങ്ങളായ
അക്ഷരങ്ങളെ, കുത്തിക്കുറിച്ചില്ലായ്മ ചെയ്യാൻ!
ഉള്ളിന്റെ ഉള്ളിൽ എന്റെ ഏതോ കാലത്തെ
നിഴലായി ഈ ഞാനും.
വേഗത്തിൽ എഴുതി മടുക്കുന്ന ഒരു അക്ഷരഖനി.
പുറംചട്ടക്കുപോലും അർഹതയില്ലാത്ത പ്രാന്തമായ
കുത്തിക്കുറിക്കലിന്റെ അമരക്കാരി!
ആരോടും പ്രകടമാക്കാതെ ബാക്കിവെച്ചൊരുപാട്
സ്നേഹമെൻ ഹൃദയത്തിൽ ഇപ്പോഴും
അവശേഷിക്കുന്നുണ്ട്
പ്രിയപ്പെട്ടവർക്ക് പകർന്നു നൽകാനായ്!
അറിയാതെ എന്നുള്ളിൽ ഒളിച്ചിരുന്നവ
ഇക്കാലമത്രയും!
കടലുപോലെ പരന്നുകിടക്കുന്ന സ്നേഹം
നഷ്ടമായി, അത്രമേൽ ഒറ്റപ്പെട്ടിരിക്കുമ്പോൾ,
ഓർമ്മകളെ അടക്കംചെയ്ത ശവപ്പെട്ടി തുറന്നു
നോക്കാറുണ്ട് ഞാൻ!
അനേകമായിരം ഓർമ്മകളുടെ ദ്രവിച്ചുപോകാത്ത
അസ്ഥിപഞ്ജരങ്ങൾ, അതിനുള്ളിൽ കാണാം..
അതിനെ ഒരിക്കൽക്കൂടി വായിക്കാൻ ശ്രമിക്കും.
ഒന്നുകൂടി ഓർമ്മകളെ താലോലിച്ചുനോക്കും.
തീർച്ചയായും എനിക്കുറപ്പുണ്ട്, ഓർമ്മകൾക്ക്
മജ്ജയും മാംസവും ഉണ്ടാവുകയും അവയൊക്കെ
എന്നോട് സംസാരിക്കുകയും ചെയ്യുമെന്ന്!
സ്നേഹങ്ങൾ മരവിച്ച യാത്രകളിൽ കിട്ടുന്ന
എല്ലുകളിലേയ്ക്ക് കുത്തിയിറങ്ങുന്ന തണുപ്പിനു-
മുൻപേ എന്നോ മറന്നു മരവിച്ച ഓർമ്മകളുടെ
കൊട്ടുംചൂട് തന്നെയായിരുന്നു,
എന്നെ പൊള്ളിച്ചുകൊണ്ടിരുന്നത്!

ആത്മാവിൽ നിന്നൊരു കുറിപ്പ്

എന്നിലെ നിനക്ക് ഈ കാത്തിരിപ്പ്
അസഹ്യമായിരിക്കുന്നു!
എന്തിനുവേണ്ടിയെന്നറിയാത്ത,
മൗനംനിറഞ്ഞ ചിന്തകളുടെ
ഭാവം തിരിച്ചറിയാനാവാത്ത
കാത്തിരിപ്പ്!

ആരോ ബാക്കിവെച്ച
ചായക്കൂട്ടുകൾ കൊണ്ട്
ഞാനെന്റെ കനവുകൾക്ക്
നിറം പിടിപ്പിച്ചു.
ചിതറിവീണ അക്ഷരങ്ങൾ
ചേർത്തുവെച്ചത്,
ഞാൻപാടിയ പാട്ടുകൾ
നീ കേൾക്കുവാനായിരുന്നു!

ഏകാന്തതയിൽ നിന്റെ മുഖം
എന്റെ ഹൃദയത്തിൽ കോറിയിടുന്ന
ചിത്രങ്ങൾ എന്റെ സ്വപ്നങ്ങളെ
ഉണർത്തുകയാണ്!

ഞാനുമൊരു കാമുകിയാവുകയായിരുന്നു...
ഒരജ്ഞാത കാമുകന്റെ കാമുകി!
ഒടുവിലെന്റെ പ്രണയം
എന്നോട് ചോദിച്ചു:
'നീയെന്നെ തിരിച്ചറിഞ്ഞുവോ?

നിന്റെ കണ്ണുകളിലെ ഭാവം
എന്നെ സന്തോഷപ്പെടുത്തുന്നു
നിന്റെ കണ്ണുകളിൽ, കനവുകളിൽ,
ഞാനുണ്ടെന്നു ഞാനറിയുന്നു!
എങ്കിലും നിന്റെയീ മൗനം...
അതെന്തിന്?

വീണ്ടും നിറയുന്ന മൗനം.
പല വാക്കുകളും ഭാവങ്ങളും
ഉള്ളിലൊളിപ്പിച്ച്,
സ്വപ്നങ്ങൾക്കുമൂടുപടമിട്ട്,
മൗനം മാത്രം നിറഞ്ഞു നിന്നു.
മറുപടിക്കായി കാത്ത പ്രണയം,
പക്ഷേ നിരാശനായില്ല!

എല്ലാം താനറിയുന്നെന്നൊരു
ഭാവത്തിൽ ഒരു നേർത്ത പുഞ്ചിരി നൽകി
എനിക്കുചുറ്റും വലം വച്ചു.
ഞാനറിയുന്നു,
എന്റെ മൗനത്തിൻ വാല്മീകങ്ങൾ
പൊട്ടിയൊലിക്കാത്തിടത്തോളം
കാലം എന്റെ പ്രണയം
നീ തിരിച്ചറിയില്ല!

ഞാനെന്റെ മനസ്സ് തുറക്കുകയാണ്...
'ഞാൻ നിന്നെ ഒരുപാട് സ്നേഹിക്കുന്നു...'
നിന്റെ പുഞ്ചിരിയും കുസൃതിയും ഇണക്കവും
പിണക്കവും പരിഭവവും ദേഷ്യവും
ശാഠ്യവുമെല്ലാം എനിക്ക് വേണം...
നിൻ വിരൽത്തുമ്പു തുങ്ങി
ഒരു കൊച്ചുകുട്ടിയെന്നപോൽ
അറിയാത്ത വീഥികളിലൂടെ
എനിക്കുനടക്കണം...
നിന്റെ മാറിൽ മുഖംചേർത്ത്
എനിക്ക് വിങ്ങിക്കരയണം...
ഒടുവിൽ,
നിന്റെ കണ്ണുകളിൽ നോക്കി
ഈ ലോകത്തെ മുഴുവൻ മറന്ന്
എനിക്ക് സ്വപ്നം കാണണം,
സ്നേഹത്തോടെ...

ജീവിതം

ജീവിതമെന്നാലെന്താണ്?
ജനിച്ചുപോയെന്നതിനാൽ
മരണം വരെ,
ജീവിച്ചു തീർക്കുക
എന്നതുമാത്രമോ?
എന്തെല്ലാമോ പിടിച്ചെടുക്കുവാനായി
ചിലർ ഓടിനടക്കുന്നു...
മറ്റുള്ളവരോ ഒരു നേരത്തെ
വിശപ്പടക്കാനാവാതെയും!
വേദനകളും പരിഭവങ്ങളും
പേറി ജീവിച്ചുതീർക്കുന്നു...
അവസാനം, തട്ടിച്ചതും
വെട്ടിച്ചതും പിടിച്ചടക്കിയതും
സ്വന്തവും ബന്ധവുമില്ലാതെ
ആരോരും കൂട്ടില്ലാതെ
ഉടുതുണിപോലും
സ്വയം ഉടുക്കാനാവാതെ,
തനിക്ക് സ്വന്തം താൻ മാത്രമെന്ന
സത്യമറിയാൻ മരണംവന്നു
 വിളിക്കേണ്ടി വന്നു.
ജനിച്ചതറിയിച്ച് സ്വയം ഉറക്കെ
കരയാമായിരുന്നു.
മരിച്ചിട്ടോ?

കരയാൻ പോലും
ആരോരുമില്ലാതെ
മണ്ണിലോ തീയിലോ
ചെന്നുചേരാൻ മറ്റുള്ളവരുടെ
ഔദാര്യത്തിനായി നിശ്ചലം
കാത്തുകിടക്കുന്നു.

പ്രണയജാലം

പ്രണയം നിറം മങ്ങിയ
ലോകത്തെ എരിതീ,
അരുതാത്ത വഴിയിലെ തീച്ചൂള,
എഴുതാത്ത വരികളുടെ ആഴം!
നിന്റെ ശബ്ദ സാന്നിധ്യം
എന്റെ ബോധമണ്ഡലത്തെ ഉലയ്ക്കുന്നു,
ഉയരങ്ങളെ കുറയ്ക്കുന്നു

മേഘച്ചുരുളുകളെ
താഴ്വരയിലേക്കു വലിച്ചടിപ്പിക്കുന്നു.
പ്രണയം, ദൂരെ ഏതോ നെഞ്ചിലേക്ക്
തൊടുത്തുവിട്ട അമ്പിനുള്ളിലെ നൊമ്പരം.
ലക്ഷ്യത്തിലേക്ക് പായാതിരിക്കാനും
തുളഞ്ഞു കയറാതിരിക്കാനുമാവാത്ത
നിസ്സഹായത.

പ്രണയം,
രണ്ടു ദൂരങ്ങൾക്കിടയിലെ തുവൽ നിറം.
കാഴ്ചകളുടെ പൂരം,കാറ്റ്, ഓർമ്മ
ഒഴുക്കിൽപ്പെട്ട് ഒടുവിൽ
കയറിയിരിക്കുവാനുള്ള ഇടം.
കാലങ്ങൾക്കപ്പുറത്തെ ഫോസിൽ ചിഹ്നം.
ചേതനയുടെ വിളക്കിച്ചേർക്കൽ.
എറിഞ്ഞുടച്ച കലയുടെ ബാക്കി
കോമാളിയുടെ കയ്യിലെ മൺ ചിത്രം.

ചിലർ ചുവർ ചിത്രത്തെ മറച്ചു-
പിടിക്കുവാൻ ശ്രമിക്കും.
കാഴ്ചയെ മറയ്ക്കുംപോലെ
വെളിച്ചത്തെയൊളിപ്പിക്കുവാൻ
അത്ര എളുപ്പമല്ല.

ഉലയിലെ ഉരുക്കുപോലെ അത്,
ഊതിത്തെളിഞ്ഞുകൊണ്ടിരിക്കും.
പ്രണയം, രൂപം മറിഞ്ഞു കവിത
കവിത, രൂപം മറിഞ്ഞു പ്രണയം.
കവിതയും പ്രണയവും,
പ്രണയവും കവിതയും
മറിഞ്ഞും തിരിഞ്ഞും
തിരിഞ്ഞും മറിഞ്ഞും
രൂപപ്പെട്ടതാണെന്നന്തരാത്മാവി-
നുള്ളിലെ സംഗീതം.

ശവകുടീരത്തിലേക്ക്

കാട്ടുപിടിച്ച ശവകുടീരത്തിൽ
എന്നും ഏത്തമിട്ട് നമിക്കുന്ന
പ്രാകൃതനോട് വഴിപോക്കൻ
ചോദിച്ചു

ആരാണു നിങ്ങൾ?
ഈ അവഗണിത ശവകുടീരത്തിൽ
എന്തിനു വരുന്നു?

ചോദ്യം ആവർത്തിക്കപ്പെട്ടപ്പോൾ
പ്രാകൃതൻ മെല്ലെ പറഞ്ഞു തുടങ്ങി.

ഒരു ദ്വാരപാലകന്റെ
ശവകുടീരമാണിത്.
മന്ത്രി ചതിയനാണെന്ന്
സത്യം തുറന്നു പറഞ്ഞ
ഒരേ ഒരാൾ

പറഞ്ഞ നിമിഷം തന്നെ
ദ്വാരപാലകന്റെ തല പോയി.
സ്തുതിപാടകനായ മന്ത്രി
ചതിയനാണെറിയാൻ,
രാജ്യവും രാജാധികാരവും
പോകേണ്ടിവന്നു രാജാവിന്.

അല്ല! ആ രാജാവ്
എവിടെയാണിപ്പോൾ?

ആ നിർഭാഗ്യവാന്റെ
മുന്നിലാണിപ്പോൾ നിങ്ങൾ.

യാമാന്തരങ്ങളിലൂടെ

ഒഴിവു നേരങ്ങളിൽ
അടയാളനാവുക
ഒരു നല്ല വിനോദമാകുന്നു.
ആൾക്കൂട്ടത്തിൽ
മറിഞ്ഞുവീണ് ചവിട്ടിഅരയുന്ന
ചവറ്റുകൊട്ട പോലെ.

ഭാഷയറിയാതെ നിരത്തിലൂടെ
മോങ്ങി നടക്കുന്ന നായയെപ്പോലെ.
നേരം തെറ്റികത്തി എറിഞ്ഞുടയ്ക്കാൻ
വെല്ലുവിളിക്കുന്ന തെരുവുവിളക്ക് പോലെ
സംസ്കൃതിയുടെ ദീർഘങ്ങളായ
പരമ്പരകളിലൂടെ,
ചോദ്യചിഹ്നമായ് നടക്കുക
ഒരു നല്ല വിനോദമാകുന്നു.
പൊക്കിൾക്കൊടിയിലൂടെ
അരിച്ചിറങ്ങിയ ജാതി ജീനുകളുടെ
നീറ്റലിനാലേ..

അടിവാരങ്ങളിൽ നിന്ന്
ചവിട്ടിക്കയറേണ്ടി വന്ന
ഇനിയും തീരാത്ത
മഹാമേരുക്കളാലെ
കൊയ്ത്തു കഴിഞ്ഞ

ചോളപ്പാടത്തെ കുറ്റികളാലെ.
ഉണങ്ങിയിട്ടും ഉണങ്ങാത്ത
വോട്ടു മഷികളുടെ പൊള്ളലിനാലെ
കൈരേഖയിലെ വിധി ദിനം വരെ
അനുഭവങ്ങൾ നേടിക്കുക
ഒരു നല്ല വിനോദമാകുന്നു.

VEDA
BIBLE
QURAN

വിശ്വാസത്തിൽ വഴിയേ

പിറവിക്കു മുൻപെന്റെ അസ്ഥിത്വം
എവിടെയാണറിയില്ലെനിക്കുമെൻ
ജന്മ ദാതാക്കൾക്കും.

പരമാണു ഭ്രൂണമായമ്മ തന്നുദരത്തി-
ലുരുവായതാണെന്നറിഞ്ഞു
ഞാൻ പിൽക്കാലേ.

നാളേറെ പാഞ്ഞു പോയ്
ഞാനെന്ന മൺരൂപമെത്തിയീ
കാണും പ്രപഞ്ചത്തിൽ

എൻ മുൻഗാമികൾ കോടാനുകോടിയെന്
മുൻപേയിങ്ങെത്തി പിരിഞ്ഞെന്നറിഞ്ഞു ഞാൻ.

അവരിലെ ജീവാണു പോയൊരിടം തേടി
അവിരാമമന്വേഷിച്ചെത്രയോ ജ്ഞാനികൾ.

വേദങ്ങൾ,ബൈബിളും പിന്നെ ഖുർആനും
ഓതിതന്നതെത്രസനാതന തത്വങ്ങൾ.

നേരന്നനേകർ തറപ്പിച്ചു ചൊല്ലുമ്പോൾ
പോരായ്മകൾ ചൂണ്ടി ലക്ഷോപലക്ഷങ്ങൾ
വിശ്വാസമെന്നൊരു കച്ചിത്തുരുമ്പിൻമേൽ
ആശ്വാസമുൾക്കൊണ്ടു
കോടാനുകോടികൾ.

മടക്കം

വിഫലമായൊരു പാഴ്ക്കിനാവിലെന്നിലായ്
വിരുന്നെത്താൻ തുടങ്ങിയിട്ടേറെയായ്.
വിധിയിലെങ്ങോ ഒടുങ്ങേണ്ട നാളിനി-
വിദൂരമല്ലെന്നറിഞ്ഞതും ശോകമായ്.

പകലുകളേറെ പകർന്നൊന്നു തന്നത്
വിരഹമായിരുന്നെന്നു ഞാൻ ഓർക്കവേ
ഇരവുകൾ എന്നും കൂട്ടിനായ് തന്നതെൻ
നിഴലു മാത്രമെന്ന് ഞാൻ അറിയവേ..

പകരുവാനിനി ഒന്നുമില്ലെന്നിലായ്
പകർന്നു നൽകിയെൻ ജീവനും സ്വപ്നവും
പകരമായ് നിങ്ങളെന്നിൽ തന്നതോ
പരിഹാസം പൂണ്ട വാക്കുകൾ മാത്രം.

ഉദയമില്ലിനീ എൻ ഹൃദയത്തിന്
ഉണരുവാൻ മോഹങ്ങളേതുമില്ല
ഉടഞ്ഞുപോയരെൻ മനമൊന്ന് ചേർക്കുവാൻ
അരികിലായി ഉറ്റവരാരുമില്ല

കദനമേ നീ എനിക്ക് തന്നൊരാ
കണ്ണീർക്കണികയും ബാക്കിയില്ല
കാലമേ നീ ഇനിയും ഒരു നാൾ
കാത്തു നിൽക്കാൻ പറയരുതെന്നോട്

അകലെയായി എന്നെ കാത്തു നിന്നവർ ചിലർ
അരികിലണയുന്നത് ഞാനറിയുന്നു.
പോകണം ഇനി എനിക്കവർക്കൊപ്പം
പൊയ്മുഖങ്ങളില്ലാത്തൊരിടം തേടി.

മോർച്ചറിയിൽ

നെഞ്ചിലേക്കടിച്ചു കയറിയ കടൽ
പിൻവലിയാതെ നിൽപ്പാണ് ഇപ്പോഴും
മോർച്ചറിയുടെ ഇരുട്ടിൽ
ജഡങ്ങൾക്കിടയിൽ ഞാൻ
കീറിപ്പൊളിഞ്ഞു കിടപ്പുണ്ട്.

പ്രാണൻ വേർപെടാൻ മടിയായ
ചിന്തകളുടെ മിടിപ്പ്
മുറിയിലെനിക്കിപ്പോഴും കേൾക്കാം

പുറത്തു മഴയുടെ നരിച്ചീറുകൾ
തലതല്ലിച്ചാവുന്നുണ്ട്.
തലയ്ക്കുള്ളിൽ ഞാൻ പണിത
പ്രണയ ഗോപുരം
ഇടിമിന്നലിൽ വിറയ്ക്കുന്നുണ്ട്.

എന്റേതല്ലാത്ത എന്റെ വീടിന്റെ
അകത്തേ പുസ്തക മുറിയിലാണ്
എനിക്കു ചിത.

അമ്മയുടെ ഹൃദയമിപ്പോൾ അടുക്കളയിൽ
ഒരു മൂലയിൽ കിടന്നു വേകുന്നുണ്ടാകാം.
ഒരു പ്രതിമ കണക്കെ അച്ഛനെ ആരെങ്കിലും
ചാരി വെച്ചിട്ടുണ്ടാകും.

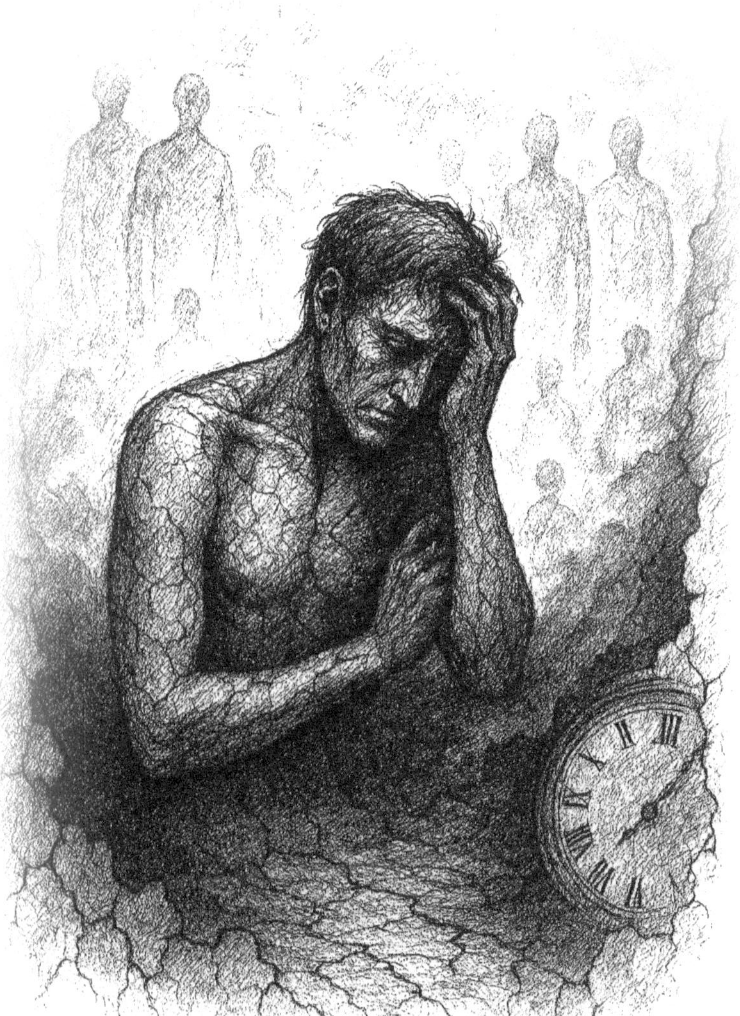

തലവെട്ടിപ്പൊളിക്കാൻ വരുന്നതിനുമുമ്പ്
എനിക്ക് എന്റെ ചിന്തകളെ കാക്കണം.
ഞാനൊന്നു പിടഞ്ഞപ്പോൾ
അടുത്തു കിടന്നിരുന്ന ശവങ്ങൾ
ഇളകി എഴുന്നേറ്റ്
മോർച്ചറിയുടെ കിളിവാതിലിലൂടെ
പറന്നു പോയ്..

ആരോ ശ്വാസമെടുക്കാൻ പാടുപെടുന്ന
പതിഞ്ഞ ശബ്ദം എന്നെ ഭയപ്പെടുത്തി.
എന്റെ തല ഞരമ്പുകൾ പൊട്ടിത്തെറിച്ചു.
പെട്ടെന്ന് തോർന്നുകൊണ്ടിരുന്ന
മഴയുടെ വെളുത്ത ഒരു വലിയ തുണി
പറന്നുവന്നെന്നെ പുതച്ചു.

പുറത്തിപ്പോൾ നേർത്ത ഒരു കാറ്റുപോലെ
എന്റെ അവസാനശ്വാസം വീർപ്പടക്കി
നിൽപ്പുണ്ട്.

മനസ്സാക്ഷി

കറുത്തിരുണ്ട മനം
പെയ്തൊഴിയാൻ വെമ്പുംപോൽ
പറഞ്ഞു തീരാത്ത മൗനങ്ങൾ
പലപ്പോഴുമെന്നെ അത്ഭുതപ്പെടുത്താറുണ്ട്

വന്യമായ ചിന്തകൾ
കടിഞ്ഞാണില്ലാതെ പായുമ്പോൾ
ഉപബോധമനസ്സിൽ പെറ്റു പെരുകുന്ന
നിസ്സഹായതകൾ തൊട്ടു വിളിക്കുന്നുണ്ട്.

പൊള്ളുന്ന സത്യങ്ങളെ, പറഞ്ഞു
പഴകിയ നുണകളുടെ നനുത്ത സ്പർശം വീണ്ടും
തണുപ്പ് പകരുന്നുവെന്ന്
വെറുതെ ആശ്വസിക്കാം.

അതിരുകൾക്കു കാവൽ നിൽക്കുന്ന
മനസ്സാക്ഷി, പലപ്പോഴും ഉറക്കത്തിലാണ്.
വേരുകൾ പിടിതരാതലയുന്ന
മരങ്ങളുടെ നിസ്സഹായത പോലെ..

ഒരു പകലിന്റെ മരണം അന്വേഷിക്കുന്ന
നിലാവിന്റെ പുഞ്ചിരിയിൽ
ഒന്നുമറിയാത്ത പോൽ
നിൽക്കുന്ന ധരണിയെപ്പോലെ,
നിസ്സംഗമാണ് പലപ്പോഴും മനസാക്ഷി.

വീണ്ടും വിരുന്നെത്തുന്ന ഓർമ്മകളെ
അവഗണിക്കാൻ ശ്രമിക്കുന്ന വിഡ്ഢിത്തങ്ങളെ
മറവി പരിഹസിക്കുന്നുണ്ടെന്നും.

അലക്ഷ്യയാനം

ശരമേറ്റ പക്ഷിയാണു ഞാൻ
ജീവനൊടുങ്ങാതെ പറക്കുന്ന
ജീർണ്ണ ജന്മത്തിന്റെ ശേഷിപ്പ്
കിനാവിന്റെ കടൽ പിൻവാങ്ങിയ
മണൽ പരപ്പിലിരുന്ന് -
മഴ കൊള്ളുന്നവൾ.

മുറ്റത്തു മുളയിട്ട
മുത്തുനെല്ലിയിൽ നിന്നും
മൗനവും സ്മൃതികളും
പറിച്ചെടുക്കുന്നവൾ.
ഒറ്റച്ചിറകുമായ് പറക്കുന്ന
അറ്റവും അക്കരെയും
കാണാത്ത പക്ഷി...

നെഞ്ചിലെ,
കനൽ വെള്ളം കുടിച്ച്
നെടുവീർപ്പാകുന്നവൾ.
ഉമിനീരത്താഴമാക്കിയൊരാക്കാലം
തിരിച്ചുവരുമെന്ന് ഭയക്കുന്നവൾ.
കണ്ണീര് ചോരുമ്പോൾ
കനവിന്റെ കുട പിടിക്കാൻ
കൂടെ ആരുമില്ലാത്തവൾ.
ഇരുൾക്കാട്ടിലൊറ്റപ്പെടുമ്പോൾ
സ്വയം ദേവിയാകുന്നവൾ.
സ്വയം ആശ്വാസം കണ്ടെത്തുന്നവൾ.

വിഭ്രമ വിഷാദ ജീവിതമേ...
വിട തരികയെനിക്കെന്നിൽ നിന്നും.
എങ്ങുമെത്താത്ത..
ഈ യാത്രയിൽ നിന്നും വിട തരിക.
കനിവ് നൽകുക...

മരണമൊഴി

കനൽപ്പൂക്കൾ പൂക്കുമാ-
ഇരുണ്ട താഴ്വാരങ്ങളിലേക്ക്
ശ്വാസനിശ്വാസങ്ങൾ
ഇഴഞ്ഞു നീങ്ങുമാ യാത്രയിൽ
മരിച്ചുപോയൊരു മനസ്സിനെ
സാക്ഷിയാക്കി കുറിക്കുന്നു.

മരണച്ചുഴിയിൽ ചുറ്റിത്തിരിയുന്ന
നാവിൻ സ്പന്ദനങ്ങൾ
കരിമ്പനക്കൂട്ടങ്ങളിലെവിടെയോ
കാത്തിരിക്കുമാ ചിതയിൽ
അസ്തമയ സൂര്യൻ
അവസാന ചുംബനത്തിനായ്
യാത്രാമൊഴി ചൊല്ലുന്നു.

സിരാതന്തുക്കളിൽ മെല്ലവെ
മഞ്ഞുമലയായ് പെയ്തിറങ്ങുന്നു.
ചുവന്നാ നദി പ്രവാഹത്തിന്
ഇനിയും ഒഴുകില്ലെന്ന അടിക്കുറിപ്പുമായ്...
ഇരുണ്ട മുറിയിലെ ചുവരിൽ
തൂങ്ങിയാടുന്നു നാഴികമണി,
താളബോധമില്ലാത്ത അപശ്രുതിയായ്...
മഹാ മൗനത്തിലേക്കു മുഖവരയായ്...
നിഴൽപ്പാടങ്ങളായ് തെളിയുന്നു
നിരനിരയായ് വന്നു പോകുന്നു

നിന്റെ ഹൃദയത്തിലേക്ക് എന്റെ ചുവന്ന പട്ടം

പൂത്തതും കൊഴിഞ്ഞതുമായ
ആരാമ സന്ധ്യകൾ.
പകലാട്ടവും പകർന്നാട്ടവും കഴിഞ്ഞു.
നിശാക്കൂത്തും നിലാവർണ്ണങ്ങളും മാഞ്ഞു.
തപ്തമാം തമസ്സിലലിയുന്നു
കാഴ്ചകളൊന്നൊന്നായ്.
ആരവങ്ങളില്ലാത്തയാ,
നിശബ്ദസാഗരസീമയ്ക്കപ്പുറം
മേഘങ്ങളിൽ വിലയം തേടുമാ
യാത്രയ്ക്കു തുടക്കമായ്
നീയെൻ ശവമഞ്ചം ചുമക്കുക.
നിന്റെ അവസാന സഹനമിതെന്നറിക.

യാത്രാമൊഴി ചൊല്ലുവാനാവതില്ല.
മരണമൊഴി കുറിക്കുമീ സായന്തനങ്ങളിൽ,
നിതാന്തമാം മൗനപടങ്ങളിൽ
അലിഞ്ഞുചേരുന്നു
ഞാനുമെൻ ഓർമ്മകളും...
ചിതകരിഞ്ഞഭസ്മം
കുടത്തിലാക്കിയെറിയുക,
അകലെയങ്ങാഴിയിൽ.
അപശകുനമാം ഓർമ്മകൾക്ക്
വിരാമം കുറിക്കുവാൻ.

വിചിത്രമീ ചിത്രം

വിചിത്രമായ സ്വപ്നം
ഒട്ടകം സൂചി ദ്വാരത്തിലൂടെ
കയറാൻ ശ്രമിക്കുന്നു.

മറവിയുടെ ചിതൽപ്പുറ്റു പൊട്ടിച്ച്
നുഴഞ്ഞുകയറുന്ന ഓർമ്മകൾ.
ഇഷ്ടങ്ങൾ കയ്യെത്തും ദൂരത്തിരിക്കെ
നഷ്ടങ്ങളെയോർത്ത് സദാ-
വിലപിക്കുന്നവർ.

അമ്മക്കിളിയുടെ ഹൃദയം
കൊത്തി പറിച്ച്, ഒഴുകുന്ന നിണം
രുചിയോടെ നുണയുന്ന
കിളിക്കുരുന്നുകൾ.

സൗഹൃദം നടിച്ചു കടിച്ചു കീറാൻ
വെമ്പി നിൽക്കും നരിച്ചീറുകൾ.
വിഷപ്പല്ലുകൾ ആഴ്ന്നിറങ്ങിയ
മാൻപേടകൾ,
ദയനീയമായ് പിടയുന്നു.
മനുഷ്യ ജീവിതത്തിൻ
നേർക്കാഴ്ചകളിലേക്ക്
സ്വപ്നമെന്നെ നയിക്കുകയാണ്.

വല്ലാത്ത ശ്വാസംമുട്ടൽ!
മനുഷ്യജന്മവും, മൃഗതുല്യമാണെന്ന
തിരിച്ചറിവിൽ എൻ നയനങ്ങൾ
വെളിച്ചത്തിനായ്
അന്വേഷണമാരംഭിച്ചു.

ഇലയുടെ ചരമക്കുറിപ്പ്

ഇലയുടെ മേൽ തളം കെട്ടിയ
മരവിപ്പ്, നിശബ്ദത
നിഹാരങ്ങളുടെ,
കണ്ണുനീർത്തുള്ളികൾ ഇനിമേൽ
നിന്നെ പുൽകില്ല.
പുതുമഴയുടെ വാൽസല്യം
പുത്തൻ കുപ്പായമായ്,
വിളിച്ചുണർത്തില്ല..

കനലെരിയും മരുഭൂവിലെ
മഞ്ഞളിച്ച ഇലയാണു നീ
പ്രാണന്റെ ഒഴുക്ക് നിലച്ച,
വരണ്ട നദികൾ നിന്നെ
അടയാളപ്പെടുത്തുന്നു.
നിന്റെ വേദനകൾക്ക്
അലിയുവാൻ ഒരു കടൽ വേണം.
നനുത്ത സ്പർശത്താൽ
നിന്റെ സിരകൾക്ക് ജലസമാധി.

ഞെട്ടറ്റു വീഴുന്ന നിന്നെ
കാറ്റിൻകൈകൾ
പുളകം കൊള്ളിക്കും.
നൽകുവാൻ കരുതിവെച്ച
ചുംബനങ്ങൾ ഏറ്റുവാങ്ങി
പുൽമേട പട്ടടയൊരുക്കും.
അറിയുക! അടരുവാൻ
നിനക്ക് നേരമെത്തി.

അത്, വെറുമൊരു ഓർമ്മയല്ല

അത്രമേൽ ഭ്രാന്തുകളിൽ ഉഴറുമ്പോഴും
ഇടയ്ക്ക് വന്നെത്താറുള്ള
നിന്റെ ഓർമ്മകളിലേക്ക്
ഞാനിടറി വീഴുന്നു.
നിന്റെ നഷ്ടങ്ങളിൽ നീയെരിഞ്ഞു
നീറുന്നത് ഞാനറിയുന്നുണ്ട്.

ഓർമ്മകളുടെ വേലിപ്പടർപ്പുകളിൽ
അടർന്നുവീണൊരു ഹൃദയത്തിന്റെ തുണ്ട്
തിരഞ്ഞിറങ്ങുന്ന നിന്റെ
നിസ്സഹായത ഞാനറിയുന്നു.
എന്നോ ചേർത്തുവച്ച നിന്നെ
തിരഞ്ഞിറങ്ങുമ്പോൾ,
ഞാൻ എന്നെ കാണുന്നു.

നിന്റെ സ്വപ്നങ്ങളൊക്കെയുമെന്റെ
ഹൃദയത്തിൽ ചേക്കേറുന്നുണ്ട്.
നിന്റെ ഓർമ്മകളെ ഞാൻ
ഓമനിക്കുന്നു.
നിന്റെ വരവു കാത്ത്
ഞാൻ വിങ്ങുമ്പോൾ,
നിന്നോട് അത്രമേൽ
ചേർന്നൊഴുകുന്ന പുഴയാവുന്നു.

നിന്നിൽ നിന്നും പകർന്നെടുക്കുന്ന
പ്രണയത്തിലാണെന്റെ
പുലരികൾ പൂക്കുന്നത്.
നിന്റെ ഓർമ്മകൾ
തളിർക്കുമ്പോഴാണെന്റെ,
രാവിന്റെ മാറിൽ നക്ഷത്രങ്ങൾ
പൂക്കാലം തീർക്കുന്നത്.
നിന്റെ ഹൃദയത്തോട്
ചേർന്നു നിൽക്കുമ്പോൾ
ഞാൻ നിന്റേതു മാത്രമാകുന്നു.

ഉള്ളിൽ പിടയുന്ന,
ഹൃദയത്തിൻ നൊമ്പരങ്ങളിൽ
നീയെന്റെ പ്രണയം എഴുതുക.
വീണെരിഞ്ഞ കിനാവുകളിൽ
എന്റെ സ്വപ്നങ്ങളെ
ചേർത്തുപിടിക്കുക.
കാണാതെ പോകുന്ന
ചിന്തകളിലേക്ക് നിന്നെ
പകുത്തുപിടിയ്ക്കുന്നു.
എരിയുന്ന വേനലിൽ
നീയലയുമ്പോൾ നിഴലായ്
നിനക്കു കുടയാകുന്നു.

ഒരുപക്ഷേ!
ഓർമ്മകളിൽ നിന്നും
ആട്ടിയകറ്റപ്പെട്ടാലും
നിന്നിലേക്ക് ആഞ്ഞു തുഴയുന്ന
വഴി മറന്ന വഞ്ചിയാകുന്നു ഞാൻ.

ഭ്രാന്തന്റെ വ്യാകുലതകൾ

എങ്ങോ ഘടികാരനാദം മുഴങ്ങുന്നു
ചങ്ങലയ്ക്കിട്ടൊരെൻ ജന്മം പിടയുന്നു.
നിദ്ര നിറച്ച സിറിഞ്ചുമായെക്ഷികൾ
പൊട്ടിച്ചിരിച്ചെന്റെ മുറി തുറന്നെത്തുന്നു.

ആരാണു നീ?
യക്ഷിയല്ല നീ.... നീയെന്റെ
പൂർവ്വജന്മത്തിലെ നക്ഷത്ര കന്യക.
ബുദ്ധിഭ്രമത്തിൻ കൊടുങ്കാറ്റലയ്ക്കുമെൻ
സ്മൃതി വെളിച്ചത്തിൽ മുഖം മറയ്ക്കുന്നവൾ.
നീലഞരമ്പിലൂടെന്റെ തലച്ചോറിൽ
നോവിന്റെ കാകോളം ഇറ്റുവീഴ്ത്തുന്നവൾ.
നീയറിയുന്നുവോ രാവിന്റെ ഗദ്ഗദം.
തൂങ്ങിമരിച്ച പിതാവിന്റെ നൊമ്പരം.
ഓർമ്മകൾ ഓലിയിട്ടെത്തുന്നു
പാതിരാതോറും-
പുതിയ പ്രതിഷേധ ഗർജനമായ്,
വന്നലയ്ക്കുമ്പോൾ വ്രണപ്പെട്ട പാദങ്ങളാരോ
ചതച്ചു ചിരിക്കയാണെങ്കിലും
മായുന്നു അമ്മതൻ ചങ്കിൽ കുറിച്ചിട്ടൊ-
രെൻ ജാതകത്തിൻ ലിപിയും ഗ്രഹങ്ങളും.

മൊഴിയുന്നതോരോ കിനാവും വ്യഥകളും
കർമ്മദോഷങ്ങൾ ഭൂതാവേശ ബാധകൾ
കൊത്തിപ്പറിക്കുമീ യാമാന്തരങ്ങളിൽ

മന്ത്രവും ആയുർവിധിയും ഫലിക്കാതെ
ചിന്തകൾനീറും അപസ്മാരശയ്യയിൽ
നെഞ്ചുപിളർക്കുന്ന ശാപങ്ങൾ തുടകളിൽ
ചട്ടുകം കാച്ചിപ്പഴുപ്പിച്ച മുദ്രകൾ
ഹസ്തചിത്രങ്ങൾ തിണർത്ത കവിളുകൾ.
എല്ലാം സഹിച്ചിടാം ഞാനെന്ന ജന്മം

പക്ഷെ!!
ഞാൻ നിന്നുടെ ക്രൂരമാം മൗനം
സഹിക്കുവതെങ്ങനെ?
ഇത്രമേൽ എന്നെ നീ ക്രൂശിപ്പതെങ്ങനെ
എന്നെ ഞെരിക്കുന്ന
അന്ധമാം രാത്രികൾ..
കയ്ക്കുമെൻ ചുട്ട ചോര
നീരാവിയാക്കും പകലുകൾ
ഗർഭത്തിൽ നിന്നേ തുടങ്ങുന്ന യാത്രകൾ
മുള്ളുകൾ പാകിയ പാത തിരയുന്നു
സങ്കടഗ്രസ്ഥമാണോരോ നിമിഷവും
ഒരു ചീന്തു വിറകിൽ ഞാൻ
വെന്തെരിയും വരെ..

പടിയിറക്കം

പോകുന്നതെങ്ങോ പടിയിറങ്ങി
ദീർഘവത്സരങ്ങൾ നെയ്ത
കൂടിതിൽ നിന്നും.
വേർപെടാനാവാത്തുരുകും കരളിന്റെ
ചിമിഴിൽ ഒരായിരം ഓർമ്മതൻ മുത്തുമായ്
സ്വപ്നങ്ങൾ കൊണ്ടുമെനഞ്ഞു മൺകട്ടകൾ
കണ്ണീരിനാൽ പശ തേച്ചുറപ്പിച്ചതും
കത്തും പ്രതീക്ഷതൻ ചൂടിനാൽ
വെൺകളി ഇട്ടതും
മോഹങ്ങൾ മേൽക്കൂട്ട തീർത്തതും
ഇന്നലെയായിരുന്നോ?

വർഷഹംസങ്ങളീവഴിയില്ലൂടെ
പറന്നുപോയ് പലകുറി
സ്നേഹനക്ഷത്രവിളക്കുമേന്തി ദേവ-
ദൂതികളിവിടെ വിരുന്നു വന്നു.
നന്മപൂക്കും തരുക്കളീ മുറ്റത്തുലഞ്ഞു.
വെൺപ്രാവുകൾ കൂട്ടിൽ കുറുകിയാശംസയായ്.
ഇന്നീ മരക്കൊമ്പിൽ നിന്നുതിരും
പഴുത്തിലകൾ കൊഴിഞ്ഞ പാഴ്ത്തുവൽ നിങ്ങൾ.
വക്കുടഞ്ഞുപയോഗമറ്റ മൺപാത്രങ്ങൾ,
എണ്ണ വറ്റി കെട്ടുപോയ വിളക്കുകൾ
ഏതു വനാന്തരം കാത്തിരിക്കുന്നുവോ?
ഏതുടജാങ്കണം മാറോടണയ്ക്കുമോ?
ഏതഭയഹസ്തങ്ങൾ ഇരുളിൽ വെളിച്ചമായ്
ശിഷ്ടജന്മം നിങ്ങൾക്കേകുമോ സ്വാന്തനം?

മുള്ളുകൾ

ഓളങ്ങളിൽ പടർന്നു വളർന്ന
മുൾച്ചെടികളേൽപ്പിച്ച ക്ഷതങ്ങൾ,
ഒറ്റയടിപ്പാതയിലൂടെ
നടന്നു നീങ്ങുന്ന ഏകാകിനിയുടെ
യാത്ര ദുർഗമമാക്കി.
സത്യത്തിന്റെയും സഹനത്തിന്റെയും
ലയനത്തിൽ നിഷിദ്ധ
ഗുണഗണങ്ങൾ നിശിത
നഖരമുനകളാൽ നുള്ളി
നോവിക്കുന്നു നിഷ്ക്കരുണം.
തൊലിപ്പുറമേ മാത്രം
പോറലേൽപ്പിച്ച
ക്രൗര്യത്തിന്റെ മുള്ളുകൾ
പയ്യെപ്പയ്യെ മാംസത്തിലേക്കും
മനസ്സിലേക്കും അതിന്റെ
വിഷം പുരണ്ട മുനകളാഴ്ത്തവേ..
സ്വപ്നങ്ങളും മോഹങ്ങളും
പിടഞ്ഞു മരിച്ചു.
നീറുന്ന ക്ഷതങ്ങളിൽ നിന്നൊഴുകും
നിണത്തിൽ നീരാടി.
നിതാന്ത ശ്രമത്തിൽ വെട്ടിത്തെളിച്ചും
വെട്ടം വിതച്ചും മുന്നേറുന്നു
പലരങ്ങനെയും...

വഴിയോരക്കാഴ്ചകളോരോന്നും
ഹൃദിസ്ഥമാക്കി, ചതിയുടെയും
ചാപല്യങ്ങളുടെയും മുള്ളുകൾ
വിവേകത്തോടെ വാളാലറുത്തു
മാറ്റിയെൻ യാത്ര സുഗമമാക്കും സുനിശ്ചിതം.

ശുദ്ധികലശം

മനസിലടിയും പാഴ് ചിന്തകളെ
താപാഗ്നിയിലെരിച്ച് ഹൃദയം
നിർമ്മലമാക്കണം.
അണയാതുള്ള അസൂയക്കനലുകൾ
വീണ്ടുമെരിയാനൊരുക്കാതെയാ
വെണ്ണീറിലേക്ക് നന്മതൻ
തീർത്ഥജലമുതിർക്കേണം.
സ്നേഹത്തിൻ ദീപം തെളിയിച്ച്
പതിയിരിക്കും പകയുടെ
അന്ധകാരമകറ്റണം.
സൗമ്യമാം വാക്കുകൾ ധൂപങ്ങളാക്കി
കർമ്മമണ്ഡലത്തിലെങ്ങും
സൗരഭ്യം പടർത്തണം.
സദ്ചിന്തയുമായ് മനമുണരുമ്പോൾ
ലക്ഷ്യങ്ങളോരോന്നും മാർഗ്ഗപദത്തിലെത്തും.
തുറക്കുമെല്ലാ വാതിലും ദൈവദീപ്തമാം
കണ്ണുകൾ കനിവോടെന്നും
കാവൽ നിൽക്കും ഇനിയെന്നും..
എന്നുമെന്നും...

വേരുകൾ

ഭൂമിയിലേക്ക് തലയുയർത്തി നിൽക്കുന്ന
ഓരോ സസ്യജാലങ്ങൾക്കും പറയാനുണ്ടാകും
തന്റെ നട്ടെല്ലിനെ നിവർത്താൻ സഹായിച്ച,
തന്റെ നിലനിൽപ്പിനെ സാധ്യമാക്കി നൽകിയ
'വേര്' എന്ന സുഹൃത്തിന്റെ കഥ

കരുത്തരാണവർ, ശക്തരാണവർ
തന്റെ ഹസ്തങ്ങളാൽ മറ്റുള്ളവർക്കു
ലഭ്യമാകുന്ന ആ സുരക്ഷിതത്വം
അതുമാത്രമാണ് 'വേരുകൾക്കാവശ്യം'
പക്ഷെ, നന്മനിറഞ്ഞ മനസ്സുകൾക്കീ
ഭൂമിയിൽ അല്പായുസ്സാണെന്ന പഴമവാക്യം
നാം അംഗീകരിക്കേണ്ടിയിരിക്കുന്നു.
സത്യമിതാണ്, വേരുകൾക്ക്
ഇരുളിൻ മടിത്തട്ടിൽ മാത്രമേ
നിലനിൽപ്പുള്ളൂ.

ഒരിക്കൽ അവയെ വെളിച്ചത്തിലേക്ക്
കൊണ്ടുവരപ്പെട്ടാൽ അവ മരിക്കും.
ഇരുളിൻ നന്മയിൽ മറ്റുള്ളവർക്കു
കരുത്തു നൽകുമ്പോഴും
വെളിച്ചത്തെ ഭയക്കുന്നവരത്രേ
വേരുകൾ.

അവ തല ഉയർത്തി നിന്നു
ചിന്തിക്കുന്നുണ്ടാകാം യഥാർത്ഥ
ജനസ്സുകൾ തങ്ങളാണെന്നു
തണ്ടും തടിയും ശാഖകളും
ഇലകളുമെല്ലാം തങ്ങൾക്കു
വായുവും വെളിച്ചവും സമാഹരിക്കുന്ന
അജ്ഞാനവർത്തികളായ
വാല്യക്കാരുമാണെന്നും;
തങ്ങൾ കുടിച്ചു ബാക്കി വന്ന
വെള്ളം കുടിച്ചു ജീവിക്കുന്ന
പരാന്നഭോജികളാണെന്നും

ജാലകത്തിനപ്പുറം

തുറമുഖനഗരത്തിൽ
ഒരു സംവത്സരത്തിന്റെ-
യൊടുവിലത്തെ നിമിഷങ്ങളാണിത്.
പാതിരാവിന്റെ ഇടനാഴികളിൽ
പുതുവർഷത്തിന്റെ മണിമുഴങ്ങാൻ
ഇനി അല്പനേരം മാത്രം!
മരിച്ചുവീഴുന്ന ഈ അന്ത്യനിമിഷത്തെ-
ശവക്കച്ച പുതപ്പിക്കാൻ വേണ്ടി-
യുണർന്നിരിക്കാം.
ഇരുളിന്റെ സ്വീകരണമുറിയിൽ
കരഞ്ഞുപിറക്കുന്ന-
നവവത്സരശിശു!
ഇവളെ വരവേൽക്കാൻ
അനേകരിലൊരാൾ മാത്രമായ് ഞാൻ
ജാലകത്തിനപ്പുറം,
തെരുവിന്റെ വിജനതയിൽ
ഊർധ്വമുഖനായോരിയിടുന്ന ശ്വാനനും
പുതുവർഷത്തിനു സ്വാഗതമോതുന്നു
നഗരം ആലസ്യത്തിൽ നിന്നു
ഞെട്ടിയുണർന്നു ഉത്സവലഹരിയിൽ
മുഴുകാൻ ഇനി അല്പനേരം മാത്രം
വർണവിളക്കുകളും വെടിമുഴക്കങ്ങളും
പുതുവർഷഗാനങ്ങളുംകൊണ്ട്

ഈ പഴയവ്യവസായ നഗരം
പെട്ടന്നനെ ഒരു മണവാട്ടിയായി മാറും
അട്ടഹാസങ്ങളും ആർപ്പുവിളികളും
ആരവങ്ങളും
അവളുടെ ചുളിവുവീണ കവിളിൽ
കുങ്കുമം ചാർത്തും
മണ്ണടിഞ്ഞ പുരാതന പ്രൗഢികളും
ഭൂതകാല ആശകളും
കുതിരക്കുളമ്പൊച്ചകളും ഉയർത്തെണീക്കും

കടൽകടന്നുവന്ന ആധിപത്യങ്ങളുടെ
തുരുമ്പിച്ച സ്മൃതികൾ;
കുഴിമാടങ്ങൾ വിട്ടുണരും
വറുതിയും വ്യഥയും മറന്ന്
സങ്കരസംസ്കാരത്തിന്റെ
നിറമുള്ള ഭാവിസ്വപ്നങ്ങൾ
വൈൻ നുകർന്ന് നൃത്തം വയ്ക്കും
ഉറങ്ങാത്ത രാത്രിയുടെ
യാമങ്ങൾക്കൊടുവിൽ
പുതുവർഷത്തിന്റെ സൂര്യനുദിക്കും.
ആഘോഷങ്ങൾ തൻ
ധാരാളിത്തത്തിൽ
ദുർവദനയാം നഗരത്തിന്റെ
ഉറക്കച്ചടവുള്ള കണ്ണുകളിൽ
കടന്നുപോയ സംവത്സരത്തിനു
വിടയോതിയ നഷ്ടബോധം!
ചാരംമൂടിയ കനലായ്
തിളങ്ങി നിൽക്കും
എൻ സുമൃത്യു വരേക്കും.....

കാവ്യമനോഹരി

നിത്യമെൻ മാനസത്താഴ്‌വരകളിൽ
ഇളം കനവുകളുറങ്ങിടും ശാദ്വല ഭൂമിയിൽ
നവചാരുഹാസമണിഞ്ഞണയുന്ന പ്രഭാമയി
പുലരീ നീ ഈ നഭസ്സിനനുപമ മുഖശ്രീ!
വാടിക്കൂഴഞ്ഞുറങ്ങുമെൻ സ്വപ്നമുകുളങ്ങളെ
തൊട്ടുണർത്തി നിൻ, തുഷാരാർദ്രവിരലുകൾ
നീ പകർന്നെത്രയോ ശുഭദമാം ചുംബനം;
തണുവെയിലിൻ നീരാള സുഖദപരിരംഭണം
നീയറിയുന്നുവോ, നീതന്നെയാദിമ
ജ്ഞാനാങ്കുരങ്ങളെ, അലിവോടുണർത്തിയ
സത്യപ്രകാശനം;
നീതന്നെയാദ്യമെൻ ഭാവനാവനികയിൽ
പൂക്കൾ വിടർത്തിയ പ്രേമദീപ്തിയും
നോവിൻ ഹിമക്കാറ്റലറിയുഴറീടുന്നൊ-
രേകാന്ത ശീതഭൂഖണ്ഡമാം
എൻ മാനസം വർണ്ണം വിതാനിച്ചണഞ്ഞ
നിൻ കാന്തിയാൽ മെല്ലേ,
പ്രശാന്തി തൻ കേദാരമായിതാ!
കാലഭാവാന്തര സ്പർശമേൽക്കാത്തൊരു
നിത്യചൈതന്യമേ, നീ അരങ്ങേറവേ
പക്ഷികുലമതുപചാരമോതീ
ധരണിതൻ അധരത്തിൽ മാധവം
മകരന്ദമേന്തീ

ഇളവെയിൽക്കസവൊളി ചിന്നുന്ന
പൂവാട നൽകി നീ ഭൂമിയൊരുങ്ങീ
നവാംഗിയായ് അരിയ നിൻ പുഞ്ചിരി
ചേലിനാൽ, അഞ്ചിതമാക്കുക
എന്നുമെന്നാത്മ നികുഞ്ജവും
അലറിട്ടും നിർവേദസാഗരത്തിരകളാൽ
സ്പർശിതമാകട്ടെ, മമ വാസരങ്ങളും.

NEWS
NEWS
BREAKING NEWS
BREAKING NEWS

സത്യം വാർത്തയാതിൽ പിന്നെ

വാർദ്ധക്യം പിടിപെട്ട്
അവശതയിൽ കിടപ്പിലായ
'അമ്മയെ ഉറുമ്പരിച്ചു!
വാർത്തയാണിത്,
മൂടിവെക്കപ്പെട്ട സത്യത്തിൻ
മുഖപടമടർന്നു വീണപ്പോൾ
പുറംലോകമറിഞ്ഞ വാർത്ത!
വാർത്തയുടെ ചൂരും ചൂട്ടും
അസഹനീയമയ് തോന്നിയ
മുന്തിയ തരം പ്രമാണിമാർ
അച്ചടിഭാഷയിൽ മൊഴിയാനാരംഭിച്ചു;
'നശിച്ച ഉറുമ്പുകൾ.
ചുണ്ടുണങ്ങിയ ചുളിവുവീണ
മൂപ്പിലാൻ പ്രമാണിപ്പടയ്ക്കുനേരെ
ഒന്നു നോക്കി ചിരിച്ചു..
വീണ്ടും അമർത്തിച്ചിരിച്ചുകൊണ്ടയാൾ,
'അമ്മയ്ക്കിത്രയും മധുരമുണ്ടെന്ന്
ഉറുമ്പിനറിയാം...
മക്കളറിയാതെ പോയ
മഹാ സത്യം
മഹാസത്യം!

സ്വാസ്ഥ്യം

ഒരിക്കലും വായിക്കപ്പെടാത്ത
പുസ്തകങ്ങളത്രേ
നാം ജീവിക്കാത്ത ജീവിതങ്ങൾ!
പാലായനത്തിന്റെ
വിശപ്പിന്റെ, കുടിയേറ്റത്തിന്റെ
കുടിയൊഴിപ്പിക്കലിന്റെ
ഇത്തരം പുസ്തകങ്ങളൊന്നും
ഒരിക്കലും തുറക്കരുത്...
ഒരിക്കലും!

എഴുതിമടുത്ത് പലരും
'പേന' വലിച്ചെറിഞ്ഞു
വർഗ്ഗവും വർണ്ണവും വെറിയും
ഇരുട്ടിലലയുന്ന ജനത,
കറുത്ത കണ്ണടയ്ക്കുള്ളിൽ
'അന്ധനായ' ജനനേതാവും
വിശന്ന കുഞ്ഞിനെ തല്ലിക്കൊല്ലാം,
നാണം മറയ്ക്കാൻ ഉടുതുണിയി-
ല്ലാത്തവളെ ഭോഗിക്കാം,
സ്വാതന്ത്ര്യത്തിന്റെ പേരിൽ
ഒരു ജനതയെ ജയിലറയിലാക്കാം,
അതിർത്തിയിലെ കാവൽ ഭടന്മാരെ
വെടിയുണ്ടകൾകൊണ്ട്
നിശബ്ദരാക്കാം....
നിർജ്ജീവമാക്കാം!

ഉയർക്കുമെന്നെങ്കിലുമൊരു
യുവത; ചൂണ്ടുവിരലാൽ
തകർക്കുമവരീ
ജീർണിച്ച 'കൊട്ടാരങ്ങൾ'!
ജീവിതയാത്രയിലേക്കടർന്നു വീഴും
നേർത്തവെളിച്ചമുള്ളൊരു
ഇടനാഴിയിലേക്ക്
ഉയർന്ന മുഷ്ടിയോടെ
നമുക്ക യാത്ര ചെയ്യണം,
അല്ലെങ്കിൽ.... അല്ലെങ്കിൽ പിന്നെ
'കറുത്ത' കുപ്പായത്തിൽ
മുഖമൊളിപ്പിക്കണം...
മനമൊളിപ്പിക്കണം.

സ്പന്ദനങ്ങൾക്കതീതം

ഹൃദയ ധമനികൾ വിറങ്ങലിക്കുന്നു...
ഭയചകിലതയുടെ ബീജങ്ങൾ
അറിവയറിനെ കൊത്തിവലിക്കുന്നു...
അസഹിഷ്ണുതയുടെ കരാളനിണം..
തലച്ചോറിൽ നിന്നും ഉരുകിയൊലിക്കുന്നു!
വെടിയൊച്ചകൾ പെറുക്കി, ശവങ്ങൾ
തോളിലേന്തി കുന്നുകയറുന്നുണ്ട് 'യുദ്ധം'
നിലവിളിത്തോണികളിൽ മുറിവുകൾ
പലായനപ്പുഴ മുറിച്ചുകടക്കുന്നു
ആരോ വലിച്ചെറിഞ്ഞൊരു തോക്ക്
മണ്ണിലമർന്നു കിടന്നു, പാലിനു കരഞ്ഞ
പൈതലിന്റെ ഇടനെഞ്ചിലേക്ക്
പാഞ്ഞുകയറിയതിന്റെ ദുഃഖ ഭാരത്താൽ
മുഖമാഴ്ത്തി കരയുകയായിരുന്നു അത്
ജീവനില്ലാത്ത മണ്ണിൽ മഴവിരലിനാൽ
ആകാശമൊരു വിത്തെറിഞ്ഞു;
തോക്കിനുള്ളിൽ കടന്നിരുന്ന് വിത്ത്
വാതിലടച്ചു...
അടിവയറൊന്നു തൊട്ടപ്പോൾ
ഹാ; അകത്ത് ജീവന്റെ തുടിപ്പ്!
നക്ഷത്രങ്ങളിലേക്ക് നോക്കി
കിടന്നു തോക്ക്
ഇലക്കണ്ണുകളെ തുറന്ന്

നൃത്തം ചെയ്യാം എന്ന മോഹത്താൽ
ചില്ലകൾ പൂത്തുലഞ്ഞു!
മണ്ണിലേക്ക് ചേർത്ത് വേര്
തോക്കിനെ; ഗാഢമായ്
പുണർന്നു.
എന്റെ രാജ്യത്തെ കിളിയും
ശത്രുരാജ്യത്തെ കിളിയും പറന്നു വന്നു,
ചില്ലകളിൽ കൂടൊരുക്കി, കൊക്കുരുമ്മി.
അതിവേഗം തോക്കൊരു വാക്കായി
പരിണമിച്ചു, അതാ കറുത്ത മണ്ണിൽ
വകഭേദമില്ലാത്ത അനേകായിരം
ചുവന്ന പൂക്കൾ....!

മനുഷ്യനെന്ന കോലം

നോക്കൂ അവർ! അവഗണനയുടെ
നീരാളിപിടുത്തത്തിൽ
അമർന്നുപോകുമെന്ന ഭയന്നു
അഴുക്കുചാലുകളിലേക്ക്
സ്വയം ഉൾവലിയുന്നവർ
കീറത്തുണിതൻ അവസാന
പ്രതിരോധത്താൽ,
പൊട്ടുന്ന വയറിൻ ഗദ്ഗദങ്ങൾ
അടിച്ചമർത്തുന്നവരിവർ!
ദാരിദ്ര്യം തിമിർക്കുന്ന
നിഗൂഢവനസ്ഥലികളിൽ,

വിശപ്പ രുചിച്ച്
വയറു നിറയ്ക്കുന്നവർ
അന്നനാളത്തിലെ
അവസാന തുള്ളി ഉമിനീരും
വറ്റിവരണ്ട്;
അടിപതറുമ്പോൾ,
തളർന്നു വീഴുമ്പോൾ
രുചിയും നിറവുമറിയാതെ
ഒരുപിടി അന്നത്തിനായ്
ഗുണവും ഗന്ധവുമറിയാതെ
ഒരിറ്റുവെള്ളത്തിനായ് കേഴുന്നവരിവർ!
നിഴൽ നിലാവിനെ പുണരുന്ന
രാപ്പന്തലിൽ, പട്ടിണിക്കൊപ്പം
ഇണചേർന്നുറങ്ങുന്നവർ ഭാവി തനിക്കായ്
കരുതിവെച്ചതെന്തെന്നറിയാതെ
ഓരോ പുലരിയിലും അജ്ഞതയുടെ
പടവുകൾ നുഴഞ്ഞു കയറുന്നവർ
പൊള്ളുന്ന കണ്ണീർച്ചാലുകൾ
വരണ്ട കവിൾ നനയ്ക്കുമ്പോഴും
വിശപ്പിൻ അവസാനപാഠവും
പഠിച്ചുതീർക്കുന്നവർ
കഠിനാധ്വാനത്തിൽ പകലിരുളുമ്പോൾ
നിസ്സഹായത പ്രതിഫലം പറ്റുന്നവർ
പ്രതീക്ഷയില്ലായ്മയുടെ പുതപ്പ്
പുതച്ചുറങ്ങി, അവമതി പുരണ്ട
സ്വപ്നങ്ങൾ 'കിനാവ്' കാണുന്നവർ
ഒടുവിൽ പശിയരിച്ച,
പുതലിച്ചുപോയ ഹൃദയവാതിലിൽ
മരണം വന്ന് മുട്ടിവിളിക്കുമ്പോൾ,
മടിച്ചു നിൽക്കാതെ,
മറുത്തുരിയാടാതെ സ്വന്തം പ്രാണനെ
അനുയാത്ര ചെയ്യുന്നവരിവർ!
ഇവർ ഉടൽ നഷ്ടമായ

നിലവിളികൾക്കുടമകൾ
ഗന്ധമില്ലാത്ത പച്ചമാംസത്തെ
എല്ലിനാൽ പൊതിഞ്ഞ്
മനുഷ്യക്കോലം പ്രാപിക്കുന്നവർ
പൊട്ടിവരണ്ട് തരിശായ
രുചിയില്ലാ നാവിനായ്
കുപ്പത്തൊട്ടിതൻ രുചിഭേദം
ചികയുന്നവരിവർ
ജനിമൃതികളുടെ
തീരാനിക്ഷേപത്തിൽ നിന്നും
ഒരു പാഴ്ജന്മം കടമെടുക്കുന്നവർ
എന്നിട്ടും; തോറ്റുപോകാതെ
ജീവിതത്തെ മരിച്ചു ജയിക്കുന്നവർ;
മരണത്തിൻ രുചിയറിയാതെ...
ഗന്ധമറിയാതെ....

നിണം-കറുപ്പ്

ജ്വലിക്കുന്നു
ആളിപ്പടരുന്ന അഗ്നി
കനലടങ്ങാതെ കടലിൽ മറയാതെ,
സ്തബ്ധയായ് നിൽക്കുന്നു സൂര്യനും
ശിരസ്സുയർത്താനാകാതെ,
നടുക്കം വിട്ടുമാറാതെ,
ഉരഗംപോൽ ചുറ്റിപ്പിണയുന്നു ഭൂമി!
കൂർത്ത നഖമുനകളുമായ്
കഴുകന്മാരലയുന്നു
മുഖച്ഛായ വെടിയാത്ത
'ദ്രൗപതിമാർ' കേഴുന്നു...
സഞ്ചാരപാതകളാകെയും
കിരാത ജന്മങ്ങളലയുന്നു
പെണ്ണിന്റെ മാനം,
അന്നുമിന്നും പഞ്ചാഗ്നിയെലെരിയുന്നു
ചുറ്റിലും അലമുറ
നിലില്ലാ നിലവിളി
'ദേശത്തിൻ രത്നം' ഉരുകിയൊലിക്കുന്നു
അന്ധകാരത്തിനിരുൾക്കോണിൽ
മൃത്യുവിൻ ഭീതിദമാം നിലവിളികളുയരുന്ന
കറുത്ത മണ്ണിൽ,
പ്രതിഷേധാഗ്നി പർവതങ്ങൾ
നുരഞ്ഞുപൊങ്ങുന്നു

വേരുപടലമാഴ്ന്നു പോയ
തായ്‌വേരുകളുലയുന്നു
വ്യസന പർവതങ്ങളിൽ
തീനാളങ്ങൾ, കൊളുത്തി വലിക്കുന്നു
വിഹായസ്സിലവ തീപ്പന്തങ്ങളായ്
പൊലിഞ്ഞു കത്തുന്നു.
വേട്ടനായ്ക്കളുടെ ചോരനാവുകൾ
വരളുന്നു... പൊട്ടുന്നു!
പെങ്ങളാണവൾ, പൊൻമകളാണവൾ
കേവലമൊരു ഇരയല്ലവൾ,
പെറ്റുപോറ്റിയ സ്നേഹമാതാവായവൾ!

നിണം-കറുപ്പ്

അപമാനിച്ചവർ,
ആർത്തികാട്ടിയവരൊക്കെയും
ആർത്തുചിരിക്കുന്നു.
അരുതരുതേയെന്ന അലമുറികൾക്കുമേൽ,
വിജയാരവങ്ങൾ... ഉന്മാദപുളകങ്ങൾ...
വരണ്ടുപൊട്ടിയ ചെന്നാവുകൾക്കുള്ള
ദാഹശമനിയല്ലവളുടെ നിണം
ഒറ്റപ്പെട്ടവരുടെ ശബ്ദത്തിനൊപ്പം
നടന്നു നീങ്ങാം നമുക്ക്;
പേക്കനവിൽ നിന്നും
ചുടലക്കളങ്ങളെ നികത്താം
നിഷ്പക്ഷമെന്നാലതൊറ്റിക്കൊടുക്കൽ...
നിഷ്ക്രിയത്വം മൃതിയേക്കാൾ ഭയാനകം...
മൗനത്തിനോ ഇന്ന് പാപത്തിൻ ശമ്പളം!
സ്വന്തമസ്ഥിമാടത്തിനെ ആഴത്തിൽ കുഴിച്ച്;
വീണ്ടും കുഴിച്ച് നാം 'ഇഴഞ്ഞു നീങ്ങുന്നു'!
ഓർക്കുക;
ഭൂതകാല ചരിതങ്ങൾ പൊളിച്ചെഴുതാൻ
സമയമായ്...
അല്ല;
അതിക്രമിച്ചു, ഹ !
കഷ്ടം

ചിലതൊക്കെയും ചിലപ്പോൾ ചിലത് മാത്രം

ഉത്തരങ്ങളാണ് ചുറ്റിലും
പക്ഷേ അവ കണ്ടെത്തണം
ഏതു ചോദ്യത്തിനും
എവിടെയോ ഒരുത്തരമുണ്ട്
ഉരുകുന്ന ഏതൊരു മരുഭൂമിയിലും
കുളിർകാറ്റിൻ സാന്നിധ്യമുണ്ട്.
പൂർണ്ണമായൊന്ന് അടിയുറച്ച-
വയിലൊക്കെയും ഇല്ലായ്മകളുടെ
വേലിയേറ്റമുണ്ട്!
അത്രമേൽ ആഴത്തിൽ തറഞ്ഞുപോയ
മുറിവുകൾക്കൊക്കെയും
സാന്ത്വനത്തിൻ കരസ്പർശമുണ്ട്
അകലേക്ക് പോയെന്നാകിലും
മറഞ്ഞിരുന്നെന്നാലും;
വീണ്ടും നമ്മിലേക്ക്
തന്നെ വന്നു ചേരുന്ന
വഴിത്താരകളുണ്ട്
നഷ്ടപ്പെട്ടുപോയെന്ന്
കാലമോതിപ്പറഞ്ഞവയൊക്കെയും
തിരികെയെത്തിച്ചു നൽകുന്ന
ഓർമ്മകളുടെ ആർത്തിരമ്പലുണ്ട്.
ജീവിതത്തിൻ കോണുകളിലൊക്കെയും
മരണത്തിൻ കയ്യൊപ്പുണ്ട്.

ഇതളിടുന്ന ഓരോ തളിരിലും
വേരിന്റെ സ്പന്ദനവും
മുകിലിൻ വിലോല സ്പർശവുമുണ്ട്.
അറിയ നീ ഇന്നിന്റെ സുഖ-
ദുഖങ്ങൾക്കൊക്കെയും
ഭൂതകാലത്തിന്റെ ഒരു
നാളെയുണ്ട്...!

അടർന്നുപോയവ

ചുവരിൽ നിന്ന് ഒരു ജനാല
അടർന്നുപോന്നു ഏറെക്കാലമായി,
അതൊരു ജനാലയായ കാലംമുതലേ,
ഇരുന്നിരുന്ന ചുവരിൽനിന്ന്
ഇപ്പുറത്തെ മുറിയിൽ പാർത്തിരുന്നവർ
ഒരേ മൈതാനമായിരുന്നു
അതിലൂടെ കണ്ടിരുന്നത്
വേറെവേറെ മനുഷ്യർ തീർച്ചയായും
ആ മുറിയിൽ മാറിമാറി വസിച്ചവർ;
പക്ഷേ ഒരേ മൈതാനം!
വ്യത്യസ്തമായ മൈതാനമുഖങ്ങൾ,
തീർച്ചയായും മഞ്ഞിലെ, മഴയിലെ,
വെയിലിലെ നിഴലിലെ,
രാത്രിയിലെ മുഖങ്ങൾ
മരങ്ങളുടെ ഇലകൾ കൊഴിയുന്നത്
അവ പൂക്കുന്നത് കുട്ടികൾ കളിക്കുന്നത്,
യാചകന്മാർ എച്ചിൽ പങ്കിടുന്നത്
എങ്കിലും ഒരേ മൈതാനത്തിലെ കാഴ്ചകൾ
കാണപ്പെടാതിരുന്ന കാഴ്ചകൾ അസംഖ്യം
കാണാതിരുന്ന കാഴ്ചകൾ അനവധി,
ജനാലയ്ക്കു മതിവന്നു എന്തു കാണണമെന്നും
ആരു കാണണമെന്നും നിശ്ചയിക്കുന്ന
ചുവരിനോട് അത് വിട പറഞ്ഞു

വഴിയിൽ ചെന്നിരുന്നു, അങ്ങാടിയിൽ
രാജ്യാതിർത്തികളിൽ, യുദ്ധക്കളങ്ങളിൽ,
വേശ്യാലയത്തിൽ, ഭ്രാന്താലയത്തിൽ
തടവറയിൽ, ദേവാലയത്തിൽ,
തൂക്കുമരത്തിനു മുമ്പിൽ,
സിംഹാസനത്തിനു താഴെ,
ശ്മശാനത്തിൽ
കൂടുതൽ ദൃശ്യങ്ങൾ കാണപ്പെടുവാനായി,
കുട്ടികളുടെ കളികൾ, നൃത്തങ്ങൾ
സൽക്കാരങ്ങൾ, ഉത്സവങ്ങൾ
വ്യാപാരങ്ങൾ, ഒത്തുകളികൾ,

കൊലകൾ, കൊള്ളിവെപ്പുകൾ,
യുദ്ധങ്ങൾ,
കുടിയിറക്കപ്പെട്ടവരുടെ വേദനകൾ,
ക്രിസ്തു ക്രൂശിക്കപ്പെടുന്നത്,
അവിശ്വാസികൾ കത്തിക്കപ്പെടുന്നത്,
യഹൂദരെ പുകയ്ക്കുന്നത്,
ജിപ്സികളെ മരക്കൊമ്പിൽ കെട്ടിത്തൂക്കുന്നത്,
അടിമകൾ ഓടിപ്പോകാതിരിക്കാൻ
അവരുടെ കാൽപ്പത്തി അരിഞ്ഞുകളയുന്നത്,
പക്ഷേ ആരും ജനലിലൂടെ നോക്കിയില്ല
ജനലിനുചുറ്റും ചുവരില്ലാത്തതിനാൽ
എന്തിലൂടെ എന്തു കാണണമെന്ന്
പറയുന്ന ചുവരില്ലാത്തതിനാൽ
ആരും ഒന്നും നോക്കിയില്ല, കണ്ടില്ല
ജനലില്ലാതെ തന്നെ
എല്ലാം കാണാമായിരുന്നുവെന്നതുകൊണ്ട്!

പ്രധാനവാർത്തകൾ

തെക്കോട്ടു തിരിച്ചിട്ട
നാക്കിലയിൽ ഉരുളകൾവച്ച
കൈതട്ടി വിളിച്ചാലിനിവന്നു
ബലിച്ചോറുതിന്നാൻ മനസ്സില്ലെന്നും,
അതു തങ്ങളുടെ അന്തസ്സിനു
പോരെന്നും തന്റേതോ,
മറ്റാരുടെയോ പറമ്പിലോ
മേലനങ്ങി പണിയെടുക്കുവാൻ
സൗകര്യപ്പെടില്ലെന്ന്,
പണ്ടേ വ്യക്തമാക്കിയ
മലയാളികൾക്കൊപ്പം
മരക്കൂട്ടം കാവതികാക്കകൾ
കേരളത്തിൽനിന്നും
'ക്യാമറാമാനോടൊപ്പം'!

ഋതു പോലൊരു സത്യം

എല്ലാ ഋതുക്കളിലും താൻ
മഴയെത്തുതന്നെയാണെന്നാണ്
അയാളുടെ അവകാശവാദം

എല്ലാ നിമിഷങ്ങളിലും താൻ
മരണത്തിൻ തന്നെയാണെന്നാണ്
അയാളുടെ അവബോധം

എല്ലാ സമത്വ വീക്ഷണവും
അസംബന്ധങ്ങളാണെന്നാണ്
അയാളുടെ സാക്ഷ്യം

എല്ലാ പ്രതിമകളും വെറും
പ്രതിമകൾ മാത്രമാണെന്നാണ്
അയാളുടെ ദർശനം

എല്ലാ പുഴകളും കടൽക്കോള്
വിഴുങ്ങിക്കിടക്കുന്ന പെരുമ്പാമ്പു-
കളായിരുന്നുവെന്നാണ്
അയാളുടെ കവി വാക്യം!

ഓരോ യാത്രയും വിണ്ടുകീറിപ്പൊളിഞ്ഞു
തുടങ്ങിയ പാലത്തിനു മുകളിലൂടെ-
യാണെന്നാണ്
അയാളുടെ നിഗമനം!

മനുഷ്യനെന്നത് ആകസ്മികതയുടെ
ഉന്നതിയിൽ അന്തംവിട്ടിരിക്കുന്ന
നിശ്ചലതയാണെന്നാണ്
അയാളുടെ ഉറച്ച സ്വരം

അങ്ങനെ സാക്ഷ്യങ്ങളെല്ലാം
തീരും മുമ്പേ കൂട്ടനിലവിളികളുടെ
ഒരു കൊടുങ്കാറ്റ് വീശി
നിമിഷങ്ങൾക്കുള്ളിൽ അയാളുടെ
ചിന്താഗതികളിൽ മറ്റൊരു
ഭ്രമണപഥത്തിൽ പായാൻ
തുടങ്ങുകയായ്.

അവിടെ

ഉരുൾപൊട്ടിയതല്ല
നെഞ്ചുപൊട്ടിയതാകാം
അത്, അതുതന്നെയാണ് സത്യം
കെട്ടിപ്പുണർന്നുറങ്ങാൻ
വേരുകളില്ലാതെ വന്നപ്പോൾ
വിരഹവേദന അണപൊട്ടിയതാണ്.

ബുൾഡോസറുകൾ തലമുണ്ഡനം
ചെയ്തമാത്രയിൽ ആർത്തു കരഞ്ഞതും
നിലംപൊത്തിയ പക്ഷിക്കൂട്ടിലെ
ചേതനയറ്റ കിളിച്ചുണ്ടുകളെയോർത്തു-
കൊണ്ട് വികാരഭരിതയായതും,
വെടിമരുന്നിന്റെ ഘോര ശബ്ദം
കേട്ട് പേടിയാലോടിയതും,
കാടിന്റെ മക്കൾ കൂടുവിട്ടിറങ്ങിയപ്പോൾ
നിറകണ്ണുകളാൽ യാത്രയയപ്പ് നൽകിയതും
മേലേ ആകാശം തുറിച്ചു നോക്കിയപ്പോൾ
മാറുമറയ്ക്കാനായ് കുമ്പിട്ടു നിന്നതും
കാതോർത്തിരുന്നിട്ടും മലമുഴക്കിയുടെ
മധുരധ്വനി കേൾക്കാതെ വന്നപ്പോൾ
താഴെ നിന്നും മുഴങ്ങിക്കേട്ട
വാഹനശബ്ദം കാതോർത്തുകൊണ്ട്
നാട്ടിലേക്കിറങ്ങിയതും
'നീ' തന്നെ ആയിരുന്നില്ലേ?!

ശരിയാണത്, എനിക്കറിയാം
അവിടെ ഉരുൾപൊട്ടിയതല്ല
ഉടുത്തതും എടുത്തതും കടിച്ചുപിടിച്ചതും
കാമവെറിയിൽ മനുഷ്യപിശാച്
ഊരിയെറിഞ്ഞപ്പോൾ
അവൻ തീർത്ത ഗർത്തത്തിലേക്ക് ചാടി
ആത്മഹത്യ ചെയ്തതാണ 'നീ'

അസഹിഷ്ണുത

നുരഞ്ഞുപൊങ്ങുന്ന അഗ്നിയിൽ
തെളിഞ്ഞമുഖങ്ങളനവധി
സ്ഫോടനഗാംഭീര്യം ശബ്ദവീചികളിൽ
ആർത്തലച്ച നിലവിളിയിൽ
പിടയുന്ന പ്രാണന്റെ 'കറുത്ത കൈകൾ'
ശ്വാസനിശ്വാസത്തിനിടവേളകളിൽ
ജീവനറ്റ ഉടലുകൾ കാൺകെ
മതിഭ്രമത്തെ ചിത്തഭ്രമത്തിലേക്കാവാഹിച്ച
'പച്ചയാം മനുഷ്യർ'
ശബ്ദപരിമിതികളുടെ അതിർവരമ്പുകൾ ഭേദിച്ച്
അലമുറയിടുന്നു, തൊണ്ടപൊട്ടിയൊഴുകുന്ന
കയ്പുചോരയെ വീണ്ടും അലിയിച്ചിറക്കുന്നു!
ഇനിയാർക്കുവേണ്ടിയീ ചോരക്കളി?
ലജ്ജവേണം ഹേ, വെട്ടിപ്പിടിക്കുമീ
സാമ്രാജ്യമൊക്കെയും വിട്ടുപോയവർ
അനവധി!
പോകുമീ യാത്രകളിലൊന്നുമേ
സ്വന്തമല്ല നിൽ കോട്ടകളും കിരീടവും
ജനിച്ചുപോയെന്ന വൻപാപത്താൽ
മരിച്ചുപോകാൻ വിധിയെഴുതപ്പെട്ടവരി
പ്പാവകൾ! പിന്നെയും എന്തിനീ ഹത്യ?
പിഞ്ചു പൈതൽ തൻ ചുണ്ടിൽ
ചോരതൻ കയ്പ്പ് നൽകുന്നതെന്തിനാണ

നീ... കുഞ്ഞു ഞരമ്പുകളിലേക്ക്
വെറുപ്പിനെ കുത്തിനിറയ്ക്കുന്നതെന്തേ
ഇതു വിധിയല്ല;
വിലയ്ക്കെടുത്ത കൊടിയ വിനകളത്രേ
മൂഢമനുഷ്യർ പാരിലെ
അസ്ഥിത്വം തകർത്തടിക്കുന്നു
നിർഗുണവർഗ്ഗങ്ങൾ, വിധിയെ
പ്പഴിച്ച് അഗാധമായിഗർത്തമുനകളിൽ
കുടുങ്ങി വിലപിക്കുന്നു
ഇനിയും സങ്കോചപ്പെടേണ്ടതില്ല
ഇതുതന്നെയാണു സത്യം
മനുഷ്യനോളം സ്വാതന്ത്ര്യമർഹിച്ചിട്ടില്ലാത്ത
ജീവികൾ ജനിച്ചതില്ല പാരിൽ
ഇനിയതു അസാധ്യമത്രേ

തുടക്കം അസ്തമയം
ഒടുക്കം ശൂന്യം!

ആത്മാവ് കാർന്നു തിന്നപ്പെട്ട
കുന്നുകളുടെ, മണ്ണമരാത്ത
ശവകുടീരങ്ങൾ
ഞരമ്പുകൾ വരിഞ്ഞുമുറുക്കി
പിഴുതെറിയപ്പെട്ട മരങ്ങളുടെ
ശേഷിപ്പുകൾ
മരണംവരിച്ച് ചലനം നിലച്ച
പുഴകൾ
തീയാളുന്ന വേനൽ
നെറ്റിമേൽ പൊടിയുന്ന
ചോരനീരിനെ വകഞ്ഞുമാറ്റി,
ദാരിദ്ര്യത്തിന്റെ താരാട്ടുണർത്തുന്ന
'അമ്മ' മനസ്സുകൾ
വിണ്ടുകീറിയ ഇളംചുണ്ടുകളിൽ
പതിക്കുന്ന വിയർപ്പുകണങ്ങൾ
അമൃതുപോൽ അലിയിച്ചിറക്കുന്ന
കുഞ്ഞു വിശപ്പുകൾ...
ഉയർന്നുപൊങ്ങുന്ന
പ്ലാസ്റ്റിക് പുകച്ചുരുകൾക്ക്
നടുവിൽ, നിലവിളിയൊച്ചയ്ക്കായ്
പോലും ചലിക്കാനാവാതെ
ശ്വാസത്തിനായ് പിടയുന്ന
അനേകം അശരണ ആത്മാവുകൾ
തകർന്നടിഞ്ഞ ശതകോടി

HOPE

ചിത്രങ്ങൾക്കു മുകലിലായ്
മനസ്സാം കരുത്തെന്ന
മൂടുപടമണിഞ്ഞ്
ഇന്നിന്റെ അസ്തമയത്തിന്
സ്വയം സമർപ്പിച്ച്
നാം മുന്നേറുന്നു
വികസനത്തിന്റെ
പുതുപുത്തൻ
ആശയങ്ങൾക്കായ്;
പുതിയ പടവുകൾ തേടി...
ഒടുക്കം ശൂന്യമണെന്നറിഞ്ഞിട്ടും;
തുടക്കത്തിൽ തന്നെ അസ്തമയം
സംഭവിച്ചു എന്ന് മനസ്സിലാക്കിയും
വെറുതെ...

വാഗ്യജ്ഞം

ഈ സമയവും കടന്നുപോകുന്നുണ്ടല്ലോ?
ലളിതമാണോ അതോ
ഹ! ചിന്താധാരയിലേക്ക് തലച്ചോറുരുകി
ഇറങ്ങുന്നുണ്ടെന്നത് വ്യർഥ സത്യം
ചില നേരങ്ങളിൽ അങ്ങനെയൊക്കെയാണ്
ബന്ധങ്ങളുടെ നൂലിഴകൾ പോലും
കീറിമുറിച്ച് പരിശോധിക്കും

പ്രകൃതിയുടെ നിയമം ആണത്രേ
ക്രയവിക്രയം;
എല്ലാറ്റിലും, ബന്ധങ്ങളിലും
ബുദ്ധിയുടെ, സ്നേഹത്തിന്റെ, ശരീരത്തിന്റെ
ഇതൊന്നും ഇല്ലാതെ എന്ത് ബന്ധങ്ങൾ?
സൗമ്യവും സ്നേഹമാസൃതയുമായ തിരകളെയും
ആർത്തലച്ച വരുന്നവയെയും
തീരം, ഒരു പോലെ സ്വീകരിക്കുന്നതുപോലെ...
നിശബ്ദ തീരം പോലെ!
ആ ശൂന്യതകളെപ്പോലും
കീറിമുറിച്ച്, രക്തം ചീന്തി,
അപ്പോഴും വരണ്ട ചുണ്ടിനഗ്രത്തിൽ
ചിരിയാണ്, ചിരി മാത്രമാണ്
ആ ചിരി പറയാതെ പറയുന്നുണ്ട്;
തലയറ്റു വീണാലും കബന്ധങ്ങൾ
കുറേയധികം ദൂരം നടക്കുമെന്ന്
ഒപ്പമുണ്ടാകുമെന്ന് തോന്നൽ
ജനിപ്പിക്കുമെന്ന്

ഏറ്

ചവച്ചരച്ച്, മുരണ്ട് തുപ്പി
അലക്ഷ്യമായ് വലിച്ചെറിയുന്ന
വാക്കുകൾ ചിലപ്പോഴൊക്കെ
ലക്ഷ്യമില്ലാതെ തന്നെയും
ലക്ഷ്യസ്ഥാനങ്ങളിലേക്ക്
തുളഞ്ഞു കയറുന്നുണ്ട്
ശീതീകരിക്കപ്പെടുന്ന
അകത്തളങ്ങളിൽ
മാറാലകെട്ടി മൂടപ്പെടുന്നുണ്ട്...!

അകീലിത രണം

അമ്പരപ്പിൻ പ്രകമ്പനമാണ്
ആത്മാവിൽമുഴങ്ങിക്കേൾക്കുന്നത്
സത്യത്തിൽ വ്യാപ്തി ബോധ്യപ്പെട്ടുമ്പോൾ,
നിലപാടുകളിലെ മാറ്റം നിർബന്ധമാക്കപ്പെട്ടുമ്പോൾ
അമ്പരപ്പുകൾ ഇനിയുമിനിയും
ആവർത്തിക്കപ്പെട്ടുക തന്നെ ചെയ്യും
തനിയാവർത്തനത്തിലേക്കുറ്റുനോക്കുമ്പോൾ
അവിടെ;
നിരാലംബരായ് നിലവിളിക്കും മനുജന്റെ

തനതായതെന്തും നിരാകരിക്കും
അധിനിവേശക്കഴുകന്മാർ
കൂട്ടമായ്, സമാധാനമെന്ന ഭാവിജീവിത
സ്വപ്നത്തെ കൊത്തിവലിക്കുമ്പോൾ,
അന്ത്യമില്ലാതെ കിതച്ചപായും
കാലത്തിൻ, മരണകാഹളം കേൾക്കുന്നു ഞാൻ!

അല്ലയോ വിലങ്ങുവാഹകാ ഈ നിമിഷം
നിനക്ക് കീഴടങ്ങിക്കിടക്കുന്നത്
കരുത്ത് കുറഞ്ഞിട്ടോ, പാപഭീതിയാലോ അല്ല
ഈ മണ്ണിലിങ്ങനെ മുഖമമർന്ന്
കിടക്കുമ്പോൾ എന്റെ പൂർവികർ നയിച്ച
ജന്മനാടിന്റെ സമരകാഹളം
കേൾക്കുന്നതുകൊണ്ട് മാത്രമാണ്
വാശത്ത ഭൂമി കിനാവുകണ്ട്
രക്തസാക്ഷിയായിപ്പോയവരെപ്പോൽ
എനിക്കും സ്വപ്നമുള്ളതുകൊണ്ടാണ്

ഓർക്കുക, അധികാരത്തിൻ
കരിങ്കുപ്പായമഴിച്ചുവച്ചാൽ
നീയും ഞാനും മനുഷ്യരാണ് !
നമ്മുടെ സ്വപ്നങ്ങളെ ചുറ്റിയൊഴുകും
കുളിർക്കാറ്റേറ്റു വളർന്ന
പച്ചയായ മനുഷ്യൻ
പെട്ടുന്നനെയൊരു കലഹം
അതുപിന്നെ കലാപമായി
വിണ്ടുകീറിയ ഭൂമി;
ചിന്നിച്ചിതറിയ കബന്ധങ്ങൾ!

ആരിതിൻ പിന്നിൽ? ആർക്കുമറിയില്ലത്രേ...
നിശബ്ദം!
കോടതി എപ്പോഴേലും വിധി
പറയുമായിരിക്കും അല്ലേ?
കൂപ്പിയ കൈകളിൽ കണ്ണുകളർപ്പിച്ചവർ
ഏറ്റുപാടി, 'കലികാലം'!

ദൈവനിഷേധികളാൽ പെരുകുന്ന
കാലത്തിന്മേൽ കൽക്കിയുടെ
സംഹാരനൃത്തം ഇതാ കാലം
നമുക്കായ് കാത്തുവെച്ചത്?

കരിയും ജഢങ്ങളിൽ ജാം പുരട്ടി
നുണയുമ്പോൾ ബാക്കിയാവുക
കണ്ണീരിൽ കുതിർന്ന കിനാവോ?
നാക്കി പിഴുതെറിയപ്പെട്ടാലും
നീ പാടുക ധീരമായ് തന്നെ
അനീതിയുടെ കരിങ്കൊടിമേൽ
വാക്ശരങ്ങൾ പെയ്യിക്കതന്നെ വേണം!

കൊലയാളിയുടെ സാക്ഷരത
മഹത്തരമെന്ന ജനത
അത്യന്തം അന്തസ്സോടെ
പറഞ്ഞുവെയക്കുമ്പോൾ,
കലിയുഗത്തിൽ നീ പറയും
നിനക്ക് നിന്റെ വഴി;
ഞാൻ പറയും, എന്റേത് എനിക്ക്
അവനവൻ തൻവഴി, സ്വയം
തേടണമെന്ന് കാലം കരുതലോടെ
പറയുന്നുണ്ട് പലയാവർത്തി!

ആ വഴിയ്ക്കുള്ള യാത്രയിൽ
ഇരുളിൻ ഒരു വിളക്ക് തെളിയുന്നുവെങ്കിൽ,
ആരോ ആ തിരിയായ്
അറിവിന്നെണ്ണ പകർന്നെന്നമർത്ഥം!
കാത്തിരിക്കുക...
ആ തിരിയുടെ നാനാർത്ഥങ്ങൾക്കായ്...
കാലത്തിൻ ഹൃത്തിൽ കാത്തുപോന്ന
സമരവീര്യം കെടാതെ നോക്കുക...

ഹാ! കണ്ഠം ഇടറുന്നു...
ഇപ്പോൾ നിങ്ങളീ കാലുകൾ പിൻവലിക്കുക
നിങ്ങളെൻ കഴുത്തിൽ
അമർത്തുകയാണ്...
അധികാരത്തിൻ ബൂട്ടുകൾ
എന്നെ ശ്വാസം മുട്ടിക്കുന്നുണ്ട്
ഒന്നോർക്കുക,
കണ്ഠം മുറിഞ്ഞുപോയെന്നാലും,
ചീറ്റിത്തെറിക്കുന്നത്
ചെഞ്ചോര തന്നെ!

നന്മയുടെ ആരാച്ചാർമാർക്ക്
അജ്ഞാതമായ സത്യം!

അവൾ, അമോച്ചി!

ഇരുളാണ് ചുറ്റിലും
കറുപ്പ തന്നെയാണ് അതിനുമപ്പുറവും
തുറിച്ചുനോക്കിയപ്പോൾ
വെള്ളിക്കണ്ണിലൂടെ ഞാനത് കണ്ടു,
കറുപ്പിന്റെ ശീലത്തുമ്പിൽ
ഒരു പകൽ കൂടി ആത്മഹത്യ ചെയ്തിരിക്കുന്നു.
പതിയെ, പകൽ അവളായി പരിണമിച്ചു
ആ ഇരുട്ടിലും, അവളിലെ
കട്ടച്ചോരയുടെ 'ഇരുണ്ട ചുവന്നകറ'
പ്രതിഫലിച്ചു നിൽക്കുന്നുണ്ട്

ദുരൂഹതയേറെയെന്നതിനാൽ
കാരണം തിരക്കി പലരും വന്നുപോയ്
യൗവ്വനയുക്തയായ അവളുടെ മരണം
ചിന്തകളുടെ കാട്ടുകൾ താണ്ടുവാൻ
നിങ്ങളെ പ്രേരിപ്പിച്ചേക്കാം,
അഗാധ സംശയത്തിൻ കയറിൽ കുരുങ്ങി
നിങ്ങളും പലതവണ ആത്മഹത്യ
ചെയ്തേക്കാം
പക്ഷേ, മരണത്തിൻ വേരുകൾ
ചിക്കിച്ചികയുന്ന മാത്രയിൽ
'ഉടയാത്ത മാറിടം' കണ്ടെത്തുതപ്പെടേണ്ടതില്ല
ആ ഹൃദയം തുരന്നിറങ്ങുമ്പോൾ,
പ്രണയത്തിൻ തിരുമുറിവ്
ദൃശ്യമാകാത്തതിൽ,
അണുപോലും ദുഃഖിക്കുകയുമരുത്
തലച്ചോറിനെ കീറിമുറിക്കുമ്പോൾ
അവിടെ, സ്വാർത്ഥപ്രണയത്തിൻ
വെടിയുണ്ട കണ്ടുകിട്ടിയില്ലെങ്കിൽ
ലജ്ജിക്കുകയുമരുത്
പിന്നെയും മരണകാരണം ദുരൂഹത
പേറുമ്പോൾ, ചിറകിൻ ചൂടുള്ള
ഒരു കാറ്റുവന്നു, പിന്നെ ആ 'ചൂട്'
തീയായ് ആളിപ്പടർന്നു
അപരിചിതരായ ചില കറുത്തമേഘങ്ങൾ
തങ്ങളുടെ വാക്ശരത്താൽ ആ കാറ്റിനെ
മുക്കിക്കൊന്നുകളഞ്ഞു
പതിവുപോൽ, ഉറക്കാലസ്യമുള്ള
തെരുവോരങ്ങൾ, ആയുസ്സില്ലാത്ത
പൊലിഞ്ഞുകത്തും വഴിവിളക്കിനുമേൽ
കല്ലെറിഞ്ഞു
അവളുടെ മരണത്തിൻവേരുകൾ
മണ്ണിലേക്ക് അതിയാഴത്തിൽ
വ്യാപിച്ചു കഴിഞ്ഞിരിക്കുന്നു

വേരുകൾ അവസാനിക്കുന്നിടത്തെ
'ആ ശൂന്യത' നിങ്ങളുടെ നെറ്റിമേൽ
ആകുലതയുടെ ചുളിവുകൾ കോറിയിടുമ്പോൾ;
അവളുടെ മരണവും,
ആത്മഹത്യയുടെ കോളങ്ങളിലേക്കോ
ദുരൂഹമരണത്തിന്റെ ചുരുളഴിയാ
ചരിത്രത്തിലേക്കോ ഒതുങ്ങിക്കൂടുന്നു
ഒന്നുമറിയില്ല എന്ന മൂകാഭിനയത്താൽ
കണ്ണുകൾ ഇറുക്കെ ചിമ്മിയവർക്കൊക്കെയും
അറിയാമായിരുന്നു പക്ഷേ;
ഇതേ ഇരുട്ട് നാളെയും
ഒരു പകലിനെക്കൂടി
തെളിവുകളവശേഷിപ്പിക്കാതെ
കൊന്നുതീർക്കുമെന്ന്

www.ingramcontent.com/pod-product-compliance
Lightning Source LLC
LaVergne TN
LVHW040814051026
849519LV00007BA/2631
* 9 7 8 9 3 4 9 4 8 8 6 2 5 *